AF353799

 Tủ Sách Bảo Anh Lạc 81

Nhật Ký
HÀNH THIỀN VIPASSANA
&
KINH TỨ NIỆM XỨ

Thích Nữ Giới Hương

 NXB TÔN GIÁO

Huong Sen Buddhist Temple

19865 Seaton Avenue

Perris, CA 92570, USA

Tel: 951-657-7272, Cell: 951-616-8620

Email: huongsentemple@gmail.com

thichnugioihuong@yahoo.com

https://www.facebook.com/Huong.Sen.Riverside

Web: www.huongsentemple.com

Mục Lục

LỜI ĐẦU

Trong Trung Bộ kinh (số 10) và Trường Bộ kinh (số 22), Đức Phật đã dạy về Kinh Tứ Niệm Xứ (*Satipaṭṭhāna Sutta, the Four Foundations of Mindfulness*). Đây là một bài kinh căn bản, cốt lõi, giúp chuyển hóa các tâm tiêu cực thành thanh tịnh một cách có hiệu quả cao và nhanh chóng.

Tứ là bốn, niệm là nhớ, xứ là nơi. Thân, thọ, tâm, pháp là bốn nơi hằng nhớ nghĩ quán tưởng.

Vipassana là minh sát tuệ, quán sát như thật bốn phạm trù (thân, thọ, tâm, pháp) luôn sinh diệt, chuyển đổi, không thường hằng để nhận ra các pháp hiện tượng, mình, người và cả thế giới đều là vô thường, khổ, không và vô ngã.

Quán thân bất tịnh.

Quán thọ thì khổ

Quán tâm vô thường

Quán pháp vô ngã.

Bốn pháp quán này là kim chỉ nam mang sự an lạc và thanh tịnh trong đời sống cho tất cả mọi người trên thế gian, không kể màu da hay tôn giáo, xuất gia hay tại gia. Đây là thông điệp thực hành hạnh phúc thiết thực, hữu hiệu mà Đức Phật đã trao cho nhân loại cách đây hơn 2600 năm và bây giờ vẫn hiện hữu và phổ biến khắp nơi trên thế giới.

Có rất nhiều trường thiền Vipassana thực hành Kinh Tứ Niệm Xứ tại Ấn Độ và nhiều nước trên thế giới, trong đó nổi bật có trường thiền Dhamma Bodhi của thiền sư Miến Điện Satya Narayan Goenka thành lập theo truyền thống của đạo sư Sayagyi U Ba Khin.

Tôi được duyên tham dự khóa mười ngày (15-26/12/2023) tại trường thiền Dhamma Bodhi, Bồ-đề-đạo-tràng, bang Biha, Ấn Độ. Trong đó, các thiền sinh được hướng dẫn tuân thủ nội quy trường thiền, giữ năm giới (*không sát sanh, trộm cắp, nói láo, tà dâm và uống rượu*), tập phương pháp thiền quan sát hơi thở ra vào ngay nơi hai cánh mũi, theo dõi các cảm xúc, cảm giác trên thân, trên thọ.... Tâm lắng đọng và tinh tế scan thấy các chuyển động của thân (cơ thể sinh hóa) và cảm thọ (xúc giác) dễ chịu, khó chịu, đau nhức, nóng lạnh, thông rít... đến và đi vô thường, như chiếc gương chiếu soi mà không phản ứng lại. Từ từ sẽ cảm thấy tâm an ổn, bình yên, sâu lắng, không giận ghét tiêu cực, tâm được thanh lọc, trong sáng, và lành mạnh. Từ từ tiến sâu vào các khóa thiền dài ngày với các phương pháp rèn luyện tâm, đưa đến những trạng thái kết quả tâm linh cao hơn mà Đức Phật đã kết luận trong kinh Tứ Niệm Xứ:

"Tu tập bốn niệm xứ muộn thì bảy năm, trung bình

từ một đến sáu năm, sớm thì bảy tháng, sẽ chứng chánh trí ngay trong hiện tại.

Đây là con đường thanh tịnh độc nhất, diệt khổ ưu, thành chánh trí, chứng Niết-bàn."[1]

Những gì thấy nghe, học hiểu, thực tập và trải nghiệm, tác giả viết xuống và kết lại thành tập sách nhỏ song ngữ Việt-Anh: **Nhật ký Hành Thiền Vipassana và Kinh Tứ Niệm Xứ - Diary of Practicing Vipassana and the Four Foundations of Mindfulness Sutta**. Kính đảnh lễ tri ân trường thiền Dhamma Bodhi, Bồ-đề-đạo-tràng, bang Biha, Ấn Độ đã tổ chức miễn phí những lớp thiền trải nghiệm tâm linh quý báu này. Kính đảnh lễ tri ân Tôn sư Hải Triều Âm cho phần Phụ Lục những lời dạy về Tứ Niệm Xứ rất tường tận và giác tỉnh mà Tôn sư đã biên soạn. Nhân dịp này, cũng chân thành xin cám ơn Bhante Ratna Buddha, Sư cô Viên Nhuận, Sư cô Nhuận Tường, Sư cô Đức Trí, Sư cô Viên Quang, Sư cô Tịnh Hỷ, Sư cô Pháp Huệ, Pamela và nhiều vị khác trong việc giúp đưa thông tin, dịch thuật, chỉnh sửa, in ấn và phổ biến sách cũng như để việc tham gia khóa thiền này được thực hiện.

Tác giả không ngại khả năng hạn hẹp mà nhiệt tình chia sẻ những gì đã trải nghiệm mười ngày thực tập thiền đến với các độc giả xa gần và chắc chắn sẽ có rất nhiều thiếu xót, kính mong Chư Tôn Thiền Đức và các bạn đạo hoan hỉ chỉ dạy để những lần tái bản sau được hoàn chỉnh hơn.

---

1 Kinh Tứ Niệm Xứ. Hải Triều Âm. https://chuaduocsu.org/tu-niem-xu/ https://daibaothapmandalataythien.org/kinh-tu-niem-xu-tkn-hai-trieu-am

Tứ Niệm Xứ là đường đi chung của tất cả thánh hiền.

Tinh tấn, kham nhẫn và kiên trì là bí quyết để thành công.

Nguyện tất cả chúng sanh sẽ thực hành Dhamma và Vipassana trên Thân, Thọ, Tâm, Pháp cho đến ngày chứng quả giải thoát.

Nam Mô Bổn Sư Thích Ca Mâu Ni Phật
tác đại chứng minh.

Cuối năm 2023, Bồ-Đề-Đạo-Tràng, Ấn Độ
Kính bút,
Thích Nữ Giới Hương
Huongsentemple@gmail.com

CHƯƠNG 1

GIỚI THIỆU

Cuối năm 2023, Bồ-đề-đạo-tràng (Bodhgaya), Ấn Độ, rộn rịp cả hơn 4000 tăng ni Phật tử từ các nước Đông Nam Á như Ấn Độ, Cam-phu-chia, Thái Lan, Tích Lan, Lào, Việt Nam, Indonesia, Bangladesh, Malaysia, Singapore... về tham dự khóa tụng kinh Tam Tạng Pali dưới cội Bồ-đề thiêng vào ngày 2-12/12/2023. Sau đó, rất nhiều chư Ni và Phật tử Việt Nam về tham dự khóa thiền 10 ngày (15-26/12/2023) tại Trường Thiền Dhamma Bodhi do Hội Bodhgaya International Vipassana Meditation Centre, Bồ-đề-đạo-tràng, bang Bihar, Ấn Độ,[2] tổ chức. Tôi (*TN Giới Hương*) cùng sư cô Tịnh Hỉ và sư cô Pháp Huệ cũng ghi danh tham dự khóa thiền trên đất Phật này sau khi mãn khóa tụng kinh Pali.

---

2 Bodhgaya International Vipassana Meditation Centre, Bodhgaya, Bihar, India, https://bodhi.dhamma.org/

Ni sư Giới Hương (đứng chính giữa với khăn choàng)
và Chư Ni Việt Nam trước thiền đường
Dhamma Bodhi, 2023

CHƯƠNG 2

TRẢI NGHIỆM THIỀN VIPASSANA MƯỜI NGÀY

1. TRUNG TÂM THIỀN BỒ-ĐỀ-ĐẠO-TRÀNG

Trung Tâm Thiền Vipassana này do cố Thiền sư người Miến Điện Satya Narayan Goenka thành lập và giảng dạy từ năm 1974, theo truyền thống của đạo sư Miến Điện Sayagyi U Ba Khin, dựa theo kinh Tứ Niệm Xứ của Đức Phật Thích Ca. Hiện nay đã có 150 trung tâm thiền Vipassana của ngài Goenka trên các châu[3] như Châu Á (*Ấn Độ, Thái Lan, Tích Lan, Miến Điện, Việt Nam...*), Châu Mỹ (*Bắc Mỹ: Canada và Hoa Kỳ. Nam Mỹ: Colombia, Argentian, Brazil...*), Châu Phi, Châu Âu (*United Kingdom, Belgium, Hòa*

3   https://www.dhamma.org/vi/locations/directory#002

Lan, Tây Ban Nha...) và Châu Đại Dương (*Châu Úc và New Zerland...*). Vì pháp thiền này mang lợi ích cụ thể liền cho thân tâm và có giá trị giúp mọi người, mọi giới, bất kể tôn giáo hay màu da nào, đều có thể đến tham dự, để thanh lọc thân tâm, giảm căng thẳng, thân an lạc, tâm lắng đọng định tĩnh. Đây là một chìa khóa hạnh phúc và nghệ thuật sống của Đức Phật Thích Ca truyền dạy trong kinh Tứ Niệm Xứ. Thiền sư U Ba Khin và Thiền sư Goenka đã thành công trong việc làm sống dạy pháp thiền của Phật giáo từ thời cổ xưa cách đây 26 thế kỷ để hiện hữu và phát triển trong thời hiện đại của thế kỷ 21 này.

Theo website Vridhamma,[4] tính từ năm 1994 trở đi, mỗi năm có khoảng 2500 khóa thiền được tổ chức ở các trung tâm thiền của ngài Goenka trên khắp thế giới và mỗi năm trung bình có 150,000 thiền sinh (mới và cũ) tham dự dưới sự hướng dẫn của 300 thiền sư vốn là học trò, thiền sinh phụ tá của ngài Goenka. Con số này, ngày càng tăng dần.

Trung tâm có tổ chức nhiều khóa thiền như 3, 8, 10, 20, 45, 60 ngày, tùy theo tiến trình tu tập tinh tấn của thiền sinh và được sự hướng dẫn chấp thuận của thiền sư hướng dẫn.

---

4 https://os.vridhamma.org/Old-Students (phải là thiền sinh cũ, được Ban tổ chức đưa ID và mật mã mới vào được website để lấy thông tin).

2. KHÓA THIỀN 10 NGÀY

Nói về khóa thiền mười ngày tại Bồ-đề-đạo-tràng, sau khi đăng ký online ở website,[5] thiền sinh nhận được email thông báo chấp nhận thì sẽ chuẩn bị hành trang nhập thất tĩnh tu 10 ngày. Trong mười ngày này, tuyệt đối tịnh khẩu 100%, thân khẩu ý hoàn toàn im lặng (noble silense), cắt đứt mọi sinh hoạt giao tiếp điện thoại hay email với bên ngoài. Thiền sinh được ban tổ chức sắp xếp phòng ở, ăn uống ngày hai buổi và giảng dạy tập thiền trong 10 ngày hoàn toàn miễn phí. Chỉ cần đăng ký online và nếu đủ điều kiện hợp lệ sẽ được chấp nhận.

3. THỜI KHÓA BIỀU

4:00g sáng	Thức chúng
4:30-6:30g sáng	Thiền nơi thiền đường
6:30-8:00g sáng	Điểm tâm và nghỉ ngơi
8:00-9:00 g sáng	Thiền nhóm
9:00-11:00 g sáng	Trình pháp và chia nhóm thiền (trong cell/phòng nhỏ) theo sự hướng dẫn của thiền sư
11:00-12:00g trưa	Dùng trưa
12 noon-1:00g chiều	Nghỉ trưa hay tham vấn với thiền sư
1:00-2:30g chiều	Thiền tập thể
2:30-3:30g chiều	Thiền trong thiền đường

---

5 https://www.dhamma.org

3:30-5:00g chiều	Trình pháp và chia nhóm thiền theo sự hướng dẫn của thiền sư
5:00-6:00g chiều	Giải lao uống trà
6:00-7:00g tối	Thiền
7:00-8:15g tối	Nghe pháp thoại
8:15-9:00g tối	Thiền
9:00-9:30g tối	Vấn đáp riêng
9:30g tối	Chỉ tịnh. Tắt đèn.

4. NỘI QUY THIỀN

Thiền sinh phải hoàn toàn tuân thủ nội quy của trường thiền như để hỗ trợ cho sự chuyên tâm, các vật dụng của thiền sinh phải gởi cho ban tổ chức trước khi vào thiền như tư trang, tiền bạc, giấy tờ, điện thoại di động, các thiết bị điện tử, chuông mõ, chuỗi tràng, thực phẩm riêng (Jewelry, money, cellphone, writing, electric items, personal food...)... Ban tổ chức có phòng giữ đồ, thiền sinh khóa lại và giữ chìa khóa. Thiền sinh chỉ được mở lấy sau khi mãn khóa thiền. Không được niệm Phật, cầm chuỗi, tụng kinh, lễ lạy các pháp môn khác. Không được thể dục và tập yoga luôn. Không được trang điểm. Mặc quần áo rộng rãi đơn giản. Tôn trọng thiền sinh khác, tránh nói chuyện và cử động mạnh ảnh hưởng người cạnh bên, cùng phòng hay đại chúng. Không được dùng giấy bút ghi chép. Không được đem nước uống vào phòng thiền. Trong các phòng thiền và phòng giảng pháp thoại chỉ có bồ đoàn, nêu người đau chân được ngồi trên ghế để thiền.

Trường thiền có nhiều dãy nhà và thiền đường riêng biệt. Khóa cuối năm 2023 này có khoảng 100 nam (gồm hai thầy Tây Tạng và Việt Nam) và 100 nữ (gồm luôn 30 chư Ni Việt Nam) tham dự. Nam nữ ở riêng, ăn riêng, nghe pháp riêng và hành thiền riêng biệt. Mỗi hai vị một phòng. Có thiền sư hướng dẫn mỗi thời. Ban tổ chức rất ít cầm mic thông báo ồn ào. Chương trình dán trên bảng, đến giờ có chuông lắc nhẹ nhẹ là thiền sinh tự giác tập trung theo thời khóa và ngồi trên bồ đoàn có dán tên của mình.

Phòng ngủ có mền, mùng và gối. Thiền sinh chỉ đem áo gối và tấm ra trải giường. Nước nóng chỉ mở vào giờ giải lao để thiền sinh có thể tắm giặt. Có sân giăng dây để phơi quần áo. Có quả đường/phòng ăn, dùng xong thiền sinh tự rửa đĩa muỗng của mình. Chư Ni được bố trí bàn ngồi cố định xoay mặt vào tường và được vào lấy thực phẩm trước 15 phút đại chúng để tránh chờ đợi và đông đúc. Thực phẩm Ấn Độ như cơm trắng, cơm chiên, chapati, papad, dal, gulab jamun, masala, khoai tây nghiền bột, củ dền và khoai lang luộc... kèm theo sữa, trà, bánh và trái cây đầy đủ bổ dưỡng.

Ban tổ chức chỉ phục vụ bữa điểm tâm sáng và độ ngọ trưa. Sau 12 giờ trưa, thiền sinh xuất gia cũ và thiền sinh tại gia cũ không được ăn. Thiền sinh tăng ni mới được uống nước chanh đường trong khi thiền sinh tại gia mới được uống trà sữa. Buổi trưa và sáng không được ăn no. Không nên ăn hai, ba đĩa bù cho buổi chiều dinner. Ăn chỉ ba phần tư vừa đủ chưa no, để dễ ngồi thiền. Không được nhịn ăn (fast) và vắng mặt. Tất cả thiền sinh đều phải xuống quả đường, ăn ít cũng được, để ban tổ chức kiểm soát, không lo lắng thắc mắc và làm động chúng.

Nước nóng tắm giặt sẽ được mở vào giờ nghỉ giải lao: sáng 7-8g, trưa 1-2g, và chiều 5-6g. Một vòi nóng và một vòi lạnh. Mở hai vòi cùng lúc, có thể tắm giặt và có sân phơi rộng rãi trước phòng.

Thiền sinh tăng ni rất được kính trọng, được ngồi trên ghế khi trình pháp với thiền sư, được ngồi hàng trên đầu, được lấy thực phẩm và dùng cơm trước 15 phút đại chúng đến. Thiền sinh xuất gia là mô phạm cho các thiền sinh tại gia để tập theo. Vì vậy, khi đi đứng ngồi nằm, ăn uống, chư ni giữ im lặng nhẹ nhàng, chánh niệm tỉnh giác và thường đến sớm các buổi thiền tập. Từng nhóm khoảng 5 người lên trình pháp mỗi ngày một lần. Không cần báo cáo đau chân, sổ mũi hay môi trường bên ngoài chim kêu ríu rít, xe cộ chạy ồn ào, đài phát thanh inh ỏi, cửa mở kêu cọt kẹt, chỉ cần trình pháp báo cáo việc: tâm có trụ nơi hơi thở và cảm giác hơi thở xúc chạm trạng thái thế nào: nóng, lạnh, thông, rít.... Trưa 12-12:30g và tối 9g-9:30g là thiền sinh đặt câu hỏi và thiền sư trả lời.

Trung tâm thiền Bồ-đề-đạo-tràng tổ chức đều đặn, mỗi tháng có 2 khóa thiền 10 ngày. Có thiền sinh mới và thiền sinh cũ. Có thiền sinh cũ tham dự đều đặn mỗi năm và sau khi trình pháp, thiền sư cho phép thì thiền sinh cũ có thể tham dự khóa thiền 10 ngày, khóa sati 8 ngày, khóa 20, 45 ngày và ngay cả 60 ngày. Muốn tham dự khóa dài ngày đều phải trình pháp và đạt tiêu chuẩn điều kiện cho phép. Ví dụ như phải dự 10 khóa của 10 ngày, 2 khóa của Sati 8 ngày, trong vòng 2 năm. Rồi mới được tham dự khóa 20 ngày và phải qua sự phỏng vấn của thiền sư. Ở Tích Lan, hiện có tổ chức khóa 20 ngày và khóa nhiều ngày, trong khi khóa 10 ngày chỉ có Ấn Độ, Việt nam, Hoa Kỳ, Canada và nhiều nước khác. Thiền sinh cũ được ban tổ chức cho ID và mật mã vào website[6] để tham khảo các điều kiện tham gia tiếp các khóa dài ngày.

Thiền sinh cũ sau khi tham gia khóa thiền rồi thì có thể đăng ký, phát tâm phục vụ làm việc thiện nguyện trong ban tổ chức gọi là Dharma Server. Tăng ni xuất gia thì phục vụ cho nhóm thiền sinh xuất gia. Nữ tại gia phục vụ cho nữ và nam cũng vậy phục vụ cho nam. Những việc thiện nguyện như lắc chuông, chia đồ ăn, dán thông báo, nhắc nhỡ thiền sinh và giải quyết những nhu cầu trong khóa thiền.

Nữ Thiền sư A. V. Jagtap (đứng chính giữa),
Ni sư TN Giới Hương (đứng cạnh bên phải)
và chư Ni thiền sinh Việt Nam

---

6 https://os.vridhamma.org/node/350

Bà Smt. Anupama Vinayak Jagtap là nữ Thiền sư (khoảng hơn 60 tuổi), người Pune, Ấn Độ, hướng dẫn 100 thiền sinh nữ bằng tiếng Ấn và Anh cho khóa thiền Vipassana, ngày 15-26 tháng 12 năm 2023 này. Thiền sư dáng người thanh mảnh, nhẹ nhàng, thần thái tự tại và luôn mĩm cười với thiền sinh.

Thời khóa biểu 10 ngày miên mật, ngồi thiền mỗi ngày từ 8 đến 11 tiếng đồng hồ từ 4g sáng đến 9:30g tối. Xen kẽ có trình pháp một lần với thiền sư, ban đêm nghe pháp thoại một lần một tiếng và nghe cố thiền sư Goenka tụng kinh vào buổi khuya, buổi sáng, chiều và tối khoảng 15 phút, từ máy phát ra. Giọng tụng của ngài trầm ấm du dương hoan hỉ như hát bằng tiếng Hindi và tiếng Anh, rồi ban tổ chức mở máy (taped) phát ra loa để đại chúng nghe. Các bài tụng này được soạn thành cuốn kinh "Ngọc trong Vàng" (*The Gem Set in the Gold – A Mual of Pariyatti containing the Pali and Hindi Chanting from a ten-day course of Vipassana Meditation as taught by Acharya S.N. Goenka. Vipassana Research Institute*).

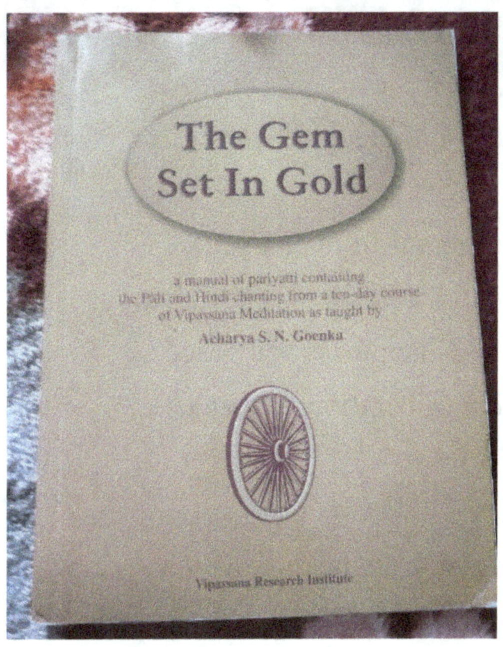

*Cuốn kinh "Ngọc trong Vàng" tụng hàng ngày
cho khóa thiền Mười Ngày*

5. TỤNG KINH

Mỗi ngày thiền sinh được nghe từ máy phát ra lời ấm áp của cố Thiền sư Goenka tụng về Cảnh sách, Tri ân Tam Bảo (Phật, Pháp, Tăng), Thầy, Cha Mẹ và Hồi Hướng[7] đầy ý nghĩa như sau:

AWAKE

People of the world, awake!

---

7 The Gem Set in the Gold – A Mual of Pariyatti containing the Pali and Hindi Chanting from a ten-day course of Vipassana Meditation as taught by Acharya S.N.Goenka. Vipassana Research Institute. 2009. Trang 7-15.

The dark night is over
The light has come of Dhamma
The dawn of Happiness.

Come, beings of the universe
Listen to the wisdom of the Dharma
In this lie happiness and peace
Freedom, liberation, nibbana.[8]

CẢNH TỈNH

Mọi người trên thế giới, hãy thức tỉnh!
Đêm tối đã qua
Ánh sáng đã đến từ Pháp
Bình minh của hạnh phúc.

Hãy đến, những chúng sanh của vũ trụ
Lắng nghe trí tuệ của Phật pháp
Trong đó có sự hạnh phúc và an lạc
Tự do, giải thoát và niết bàn.

---

8 The Gem Set in the Gold – A Mual of Pariyatti containing the Pali and Hindi Chanting from a ten-day course of Vipassana Meditation as taught by Acharya S.N.Goenka. Vipassana Research Institute. 2009. Trang 5.

NĂM GIỚI

1. Giới thứ nhất: không được sát sinh, phải tôn trọng sự sống của muôn loài vạn vật.

2. Giới thứ hai: không được trộm cắp, phải tôn trọng tài sản của công và của người khác.

3. Giới thứ ba: không được tà dâm, phải tôn trọng hạnh phúc gia đình của mình và mọi người.

4. Giới thứ tư là không được nói dối, phải trang bị sự hiểu biết sáng suốt, đúng đắn.

5. Giới thứ năm: không được uống rượu, vì rượu làm mất hạt giống trí tuệ, dễ đưa đến các sai lầm khác.

RESPECTFUL TEACHERS

I pay homage to my revered teacher

Bowing my head at his feet

He gave me such a jelwel of Dhamma

That evil cannot approach.

He let me taste Dhamma's nectar

Now no sensual pleasure can allure

Such an essence of Dhamma he gave

That the shell (of ignorance) dropped away.

KÍNH THẦY

Xin đảnh lễ vị Thầy tôn kính của con

Cúi đầu dưới chân ngài

Ngài đã cho con thấy sự quý giá của Pháp

Khiến điều ác không thể tiếp cận.

Ngài đã giúp con nếm được pháp vị

Bây giờ không có niềm vui nhục dục nào có thể quyến rũ con

Bản chất của Pháp như vậy, ngài đã tặng

Khiến vỏ vô minh (của sự thiếu hiểu biết) phải tan biến nhanh.

REFUGE AT THE TRIPLE GEM

Those peaceful ones of peaceful mind

Whose refuge is the Triple Gem

In this world or beyond

Devas dwelling on earth or elsewhere.

Who are unceasingly acquiring numerous merits

May those devas come

Who dwell on royal Meru

The glorious golden mountains...

AN TRÚ NƠI TAM BẢO

Những người thanh tịnh của tâm trí bình yên

Nơi ẩn náu của họ là Tam bảo

Trong thế giới này hoặc xa hơn

Chư thiên sống trên trái đất hoặc nhiều nơi khác.

Ai đang không ngừng tạo nhiều công đức

Chư thiên sẽ giáng lâm

Ai cư ngụ trên đỉnh núi Tu-di,

Sẽ hưởng những ngọn núi vàng rực rỡ...

RETURN MERRITS

By the merits of this service

May Dhamma spread

May the darkness of evil be eradicated

May all beings be happy and prosperous.

May all beings be happy

May every tree, every blade of grass

And every particle of this earth

Be suffused with dhamma

May all who mediate on this Dhamma land.

Be liberated from all suffering.

May all be happy!

May you be happy!

May all beings be happy!

HỒI HƯỚNG VÀ CHÚC NGUYỆN

Hồi hướng công đức thiền tập này

Bóng tối của điều ác mau tan biến

Chánh Pháp được lan xa

Nguyện tất cả chúng sinh được hạnh phúc, an hòa.

Nguyện tất cả chúng sinh được hạnh phúc

Nguyện mọi ngọn cỏ, lá cây

Và mọi thành phần trên trái đất này

Được tràn đầy pháp lạc.

Nguyện tất cả mọi người hãy thiền quán trên đất pháp

Được giải thoát khỏi mọi đau khổ

Nguyện tất cả đều hạnh phúc!

Bạn được hạnh phúc!

Chúng sinh được hạnh phúc!

Giọng tụng kinh khàn khàn, ấm cúng, chậm rãi như lời hát chư thiên của thiền sư Goenka và tràn đầy năng lực như từ thiền định toát ra. Thiền sinh cả trăm người ngồi yên lặng xếp bằng như pho tượng, toàn tâm lắng nghe những lời kinh tụng bằng tiếng Hindi và Anh ngữ rót từng giọt vào tâm và lan tỏa khắp thân.

6. CÁC BÀI PHÁP THOẠI

Mỗi tối từ 7-8g là giờ nghe pháp thoại từ máy phát ra (taped evening discourse). Có ba phòng phục vụ với ba ngôn ngữ: tiếng Hindi, Anh Ngữ và tiếng Việt. Mỗi thiền sinh tự đến phòng cho ngôn ngữ của mình. Nội dung các bài pháp thoại bằng tiếng Việt như sau:

6.1. PHÁP THOẠI NGÀY THỨ NHẤT 16/12/2023:

Giảng về giữ năm giới (Sila), đặc biệt giới nói láo (nói lời hung ác, hai lưỡi, thuê dệt, nói không thật…). Nếu chúng ta không muốn mình bị người khác lừa gạt hay chưởi rũa thì không nên lừa gạt hay chưởi bới làm khổ người.

Giới là quan trọng, bởi lẽ có giới mới đưa đến chánh định. Có người tuyên bố thiền vipassana, ngồi yên một chỗ, không làm gì, nên không cần giữ giới. Sự hiểu này là sai, vì có giới mới đưa đến chánh định. Không có giới, thiền sinh sẽ buông lung, phạm giới, làm sao chịu ngồi yên tu được.

Thiền sinh cần giữ văn-tư-tu khi hành thiền:

Văn (nghe): ví dụ thấy/nghe menu thức ăn, tự nhiên chảy nước miếng.

Tư (suy nghĩ): thấy mọi người xung quanh ăn có vẽ ngon, suy nghĩ: thức ăn sẽ ngon, chảy nước miếng.

Tu (thực hành): kêu thức ăn lên, liền ăn và thấy ngon

thật.

Cũng vậy, nghe giới thiệu về thiền Vipassana an lạc là văn.

Thấy các thiền sư và thiền sinh đi đứng nằm ngồi oai nghi tề chỉnh, thong nhả nhẹ nhàng, thần thái, vị ấy liền suy nghĩ (tư) chắc thiền có lợi ích.

Ghi danh thực hành thiền 10 ngày (tu) và trải nghiệm rõ ràng là lợi ích thật.

Tâm vô thức là tâm cao nhất và trong sâu thẳm tâm vô thức nhạy bén biết hết, giống như có chứng ngộ mới thấy sự thật. Nếu chưa chứng ngộ thì sẽ dễ nói sai sự thật. Có câu chuyện về hai người bạn. Một bạn A bị mù hỏi bạn B: Bạn ơi màu trắng là gì, xin mô tả cho mình biết?

- Bạn B trả lời: Màu trắng là khác màu đen.

- Bạn A: Nhưng tôi mù nên không biết màu đen.

- Người bạn B thấy con ngỗng màu trắng trước mắt, liền vội ôm đưa cho bạn A xem: Đây là màu trắng nè.

Bạn A mù rờ vuốt bộ lông và nói:

- Oh, tôi hiểu rồi, vậy màu trắng là mềm mại.

Khi rờ vào chân con vịt, nói rằng:

- Tôi biết rồi, màu trắng giống như quạt mo...

Đoán hoài mà vẫn sai. Điều này cho thấy chưa hết mù thì các tiên đoán đều sai, nghĩa là chưa chứng ngộ là chưa thấy thật chân lý.

6.2. PHÁP THOẠI NGÀY THỨ HAI 17/12/2023

Ngài Goenkaji định nghĩa chữ Dhamma không phải

là triết lý, không phải là trò chơi trí thức hay trò chơi sùng tín mà là sự thực hành, sự trải nghiệm.

Thực hành: tập trung hơi thở ngay vùng tam giác của lỗ mũi, rồi quán sát để ý hơi thở và trải nghiệm cảm giác khi xúc chạm hơi thở như hơi thở nóng, lạnh, ngắn dài, nóng rít... Càng cảm nhận tỉ mĩ, chi tiết hơi thở lên xuống, càng tỉnh thức, cảm giác sắt bén, nhạy bén tinh vi...

Thiền sinh mới khi ngồi sẽ đau lưng, nhức mỏi... nhất là phải ngồi 8-11 tiếng mỗi ngày, nhưng chịu khó, nhẫn nại, tập quen dần sẽ thấy dễ chịu. Thiền 10 ngày giống như bị bịnh trầm kha, đến gặp bác sĩ giải phẫu bịnh lâu năm ra, nên bịnh nhân sẽ cảm thấy đau đớn, khó chịu, nhưng rồi khi hết bịnh sẽ cảm thấy dễ chịu. Giống như ngón tay bị dăm cây đâm vào. Nếu không lấy ra sẽ thấy khó chịu, khi lấy ra cũng bị đau đớn vô cùng, nhưng khi lấy ra rồi thì khỏe khoắn nhẹ nhàng, như bác sĩ giải phẫu đang cầm dao cắt xẻ vô cùng đau, nhưng khi giải phẫu rồi thì sẽ nhẹ nhàng khỏe mạnh.

6.3. PHÁP THOẠI NGÀY THỨ BA 18/12/2023

Ngài Goenkaji giảng về Tứ đế: khổ, khổ tập, khổ diệt và khổ diệt đạo.

Quán thấy thân này là một tổ hợp của vô số vi trần tế bào hợp lại, không gì là ngã và ngã sở. Kinh Tứ Niệm Xứ gọi là quán thân trên thân.

Tôi hôm nay đang giảng pháp khác với tôi của ngày hôm qua. Dòng sông hồi chiều đi ngang sẽ khác với dòng sông bây giờ. Không có ngã và ngã sở, chỉ là vô số vi trần các giọt nước li ti hợp lại.

Vipassana giúp chúng ta hiểu điều này: quán thân

trên thân. Bớt chuyển động thân: nếu có chuyển động quán sát từ chuyển động qua cảm giác. Quán sát từ đầu đến chân: mặt, cổ, vai phải, vai trái, gối tay, lòng bàn tay, ngón tay, bụng, đùi, chân... có cảm giác ngứa, nóng, lạnh, đau, khó chịu... đều biết rõ, như máy scan thấy rõ từng vật đi qua.

Tâm thô thiển sẽ không nhận các cảm giác ở thân thể sinh hóa, cơ thể sinh học này. Tâm định và nhạy bén vi tế sẽ nhận được các cảm giác: đổ mồ hôi, mạch nhảy, tim đập, máu chảy, quần áo va chạm vào da... Khi có đau nhức khó chịu thì ghét bỏ chán chường chỉ là thói quen. Khi dễ chịu, êm ái... thì yêu mến. Điều này thấy rõ các cảm thọ, cảm giác là vô thường, sinh diệt biến đổi... Khi biết như vậy, không chấp chặc thì đau khổ sẽ dừng.

Thầy Goenka dạy ngồi thiền đến ngày thứ ba, nếu mà thiền sinh nào chưa cảm nhận được hơi thở, thì nên nín thở trong 1,2 phút. Quả nhiên chỉ nửa phút thôi, thiền sinh sẽ cảm nhận được hơi thở nóng hay lạnh ngay lỗ mũi liền. Do nín thở, khó chịu, thiếu không khí thì sẽ tập trung nhìn thấy hơi thở, sự sống hiện tiền, ngay lỗ mũi liền và sau đó tập trung quán sát tiếp.

6.4. PHÁP THOẠI NGÀY THỨ TƯ 19/12/2023

Ba ngày vừa qua là giới (sila) và định (tamma) để chuẩn bị cho ngày hôm nay, ngày thứ tư là trí tuệ (thiền na). Ngày hôm nay mới thật sự là tu vipassna.

1-1:45g chiều: ngồi thiền

1:45-2g chiều: nghỉ ngơi

3g chiều: Bắt đầu hướng dẫn Vipassana

Bảng trên thiền đường ghi bằng tiếng Việt: "Hãy cố

gắng đúng giờ và an vui tu tập. Hãy an vui."

Thực hành: tâm chỉ tập trung vùng tam giác ngay lỗ mũi, cảm nhận, cảm thọ ngay lỗ mũi, hơi thở bên trái, bên phải hay hai bên. Không cho xen với tập yoga hay các pháp thiền hơi thở khác, sẽ gây tác hại và không có kết quả. Tập làm chủ các thói quen tán tâm của mình. Quán sát tinh tế thấy hết các cảm giác: cảm giác dễ chịu, thì sinh ưa thích. Cảm giác khó chịu khi ngồi tê chân thì chán ghét và chối bỏ, nên quán thấy sự vô thường do quán tính để không chấp giữ. Chỉ là cảm giác đau chân, đến và đi, không thật. Thấy sự khó chịu là dễ chịu, lâu dần sẽ quen. Dạy cơ thể (dễ chịu mà, đâu có khó chịu vì đau chân) khó chịu và dễ chịu như nhau. Đau chân cũng giống như thói quen ghét đồ ăn dỡ, thích đồ ăn ngon: Dòng chảy này mình quen rồi. Giờ tập lại thân tâm không thích, không ghét. Buông bỏ dễ dàng khi mình nhận ra ý này. Vượt qua cảm giác tê chân trong thời gian ngồi thiền là một thử thách lớn cho các thiền sinh mới.

Có một câu chuyện kể rằng: một thời Đức Phật giảng Vipassna tại Sravasti, có một chàng thanh niên đến hỏi: "Bạch Đức Thế Tôn, ngài là bậc vĩ nhân sau không cứu tất cả chúng sanh cho nhanh vì ngài có lòng từ thương tất cả mọi loài." Đức Phật trả lời, tình thương của ngài là đưa phương pháp Vipassana để mỗi người tự thực tập và tự cứu mình. Nương phương tiện hơi thở để thanh lọc tâm, giống như bác sĩ đưa thuốc, nhưng bịnh nhân phải uống mới cứu mình được.

- Một hôm thiền sư Goenka (lúc đó là một doanh nhân) đến phòng khám bịnh, gặp một bác sĩ, tưởng sẽ bị chờ đợi vì nhiều bịnh nhân nhưng đến nơi lại thấy không có bịnh nhân nào và vắng khách. Ngài Goenka hỏi lý do. Bác sĩ trả lời: "Chán quá! Lúc này không có dịch bịnh, nên ế ẩm hơn tháng trước, không có nhiều bịnh nhân."

Về nhà, doanh nhân Goenka nghĩ bác sĩ này không có đạo đức, mong bịnh dịch để nhiều người bịnh, nhưng suy nghĩ kỹ lại thì ngài phát hiện ra các doanh nhân như ngài và thương gia khác càng ác hơn. Ví dụ như giới buôn bán mong có chiến tranh thì sẽ nói rằng kinh tế phát triển vì hàng hóa khan hiếm sẽ mắc, buôn bán kiếm được nhiều tiền lời. Nếu thời bình thì gọi là kinh tế xuống dốc, bởi lẽ hàng hóa nhiều và bình thường, giá cả ổn định, không kiếm được nhiều tiền, nên nhiều khi doanh nhân như Goenka ác hơn vị bác sĩ đó.

Rồi ngài Goenka giảng tiếp về giới luật, bát chánh đạo và hướng dẫn thiền sinh tập trung cảm nhận được sự vi tế của hơi thở trong vùng tam giác của lỗ mũi. Tiến lên một tầng cao hơn là không chỉ theo dõi hơi thở, mà cảm thọ (feeling sense) cảm nhận nóng lạnh nơi hơi thở. Có những cảm giác nhỏ nhặt gì trong hơi thở ở lỗ mũi (notril), để ý thấy cảm nhận. Càng thấy được những chi tiết nhỏ nhặt càng hay, tâm trở nên nhạy bén, thông minh và thức tỉnh hơn.

6.5. NGÀY THỨ NĂM 20/12/2023

TẬP THIỀN TRONG CELL HAY PHÒNG RIÊNG

Trường thiền có một khu gồm các dãy phòng hẹp nhỏ cạnh nhau, xây âm dưới lòng đất gọi là basement. Mỗi dãy khoảng 25 phòng đối diện nhau. Mỗi phòng dài 2 mét, ngang khoảng 1 mét (nhỏ, hẹp để dễ tập trung), nên gọi là cell (giống như cell nhỏ trong nhà tù hoặc là nơi nhập thất tu kín). Trong phòng không có gì hết, ngoài bồ đoàn trên nền đất để ngồi, một ngọn đèn và phía trên trần có lỗ hở cho không khí vào. Trên mặt đất, có những khung hình vuông (mỗi đường khoảng 0.5 mét) tiếp giáp không khí và làm mái tôn nhỏ nhỏ xinh xinh màu xanh che phía trên. Thiền sinh nào thấy nhỏ ngộp, ngại ngồi khung hình hẹp, có thể xin phép ngồi thiền ở thiền đường hay phòng của mình.

Tập thiền nơi thiền đường đông người dễ bị tán tâm, trong khi cell nhỏ và một mình riêng biệt, sẽ dễ giúp thiền sinh tiến sâu vào đề mục thiền.

Trên bảng ghi: "Ngày nay ngồi với sự mạnh mẽ Adhithana kiên quyết," nghĩa là hôm nay là giữa khóa rồi, tập giảm tối thiểu việc nhúc nhích, đổi tư thế. Ví dụ: thiền sinh thường thay đổi tư thế 4, 5 lần. Hôm nay chỉ 1,2 lần hay không chuyển động luôn. Kiên quyết như vậy.

Trường thiền đưa ra ba thời điểm kiên quyết không đổi tư thế (Adhithana) là 8-9g sáng, 2:30-3:30g chiều, 6-7g tối. Hãy tu tập an vui.

6.6. PHÁP THOẠI NGÀY THỨ SÁU 21/12/2023

Một nhà thương gia ghi danh vào tu vipassana 10 ngày, đã phát biểu rằng: "Giảng đường, thiền đường, phòng nghỉ, quang cảnh, pháp thoại, phòng ăn, thực phẩm và cách tổ chức thật tuyệt vời, chỉ có ngồi thiền là bị đau chân quá. Mỗi ngày ngồi từ 8-11 tiếng đồng hồ, quá nhiều, nên ê ẩm chân tay thôi."

Thiền sư dạy: "Nhìn thẳng vào đau chân, cảm giác khó chịu, vượt qua cái đau chân, sẽ thấy chỉ là cảm giác đau chân... sẽ chuyển khác, chóng vách, thoáng qua, vô thường, không thật, thì sẽ không bị cái đau chân ra lịnh nhúc nhích để đổi tư thế để thoải mái, dễ chịu.”

Câu chuyện Cứu Cha: Có một thanh niên buồn khóc vì cha bị chết, đến xin Đức Phật cứu. Thưa rằng: “Con nghĩ rằng các thầy tu bình thường cũng làm được nghi lễ để cứu người chết siêu thoát, nhập cảnh, có “thẻ xanh”[9] lưu trú; huống chi, Đức Phật là bậc giác ngộ, giải thoát, vĩ nhân, xin ngài xót thương cứu ban cho cha con thẻ xanh lưu trú cõi an lành.”

Đức Phật dạy: “Vậy con hãy làm cho Ta hai thẩu: 1 thẩu đựng sỏi đá và 1 thẩu đựng trái bơ và đem 2 thẩu bỏ xuống sông.” Chàng thanh niên mừng quá, vì nghĩ Đức Phật đang tìm cách cứu cha của mình. Đức Phật dạy đập bể hai thẩu ra. Thẩu đựng sỏi đá chìm xuống đáy sông, trong khi thẩu đựng trái bơ nổi trên mặt sông. Đức Phật dạy người con trai hãy thỉnh các thầy tụng đến tụng kinh cho thẩu có sỏi đá nổi lên mặt sông.

Cậu thanh niên nói: “Bạch Thế Tôn, không bao giờ được ạ, vì sỏi đá nặng phải chìm.”

Đức Phật giải thích, cũng giống như vậy, nếu cha con lúc sống làm các ác nghiệp xấu thì sẽ đọa chìm, không thể do tụng kinh ban thẻ xanh mà nổi lên được. Cậu con trai hiểu và chấp nhận sự vô thường và nghiệp báo.

Câu chuyện chấp thủ “ngã sở”: Một bà cụ nghèo được cho một vé xe lửa để đến học thiền Vipassana 10 ngày. Cụ có 20 Rs (khoảng 1 dollar Mỹ vào thời đó) và

---

9 Thẻ xanh: là giấy thường trú nhân. Ví dụ ở Hoa Kỳ, muốn nhập quốc tịch một nước, phải có thẻ xanh năm năm và sau đó mới thi quốc tịch để trở thành công dân nước đó.

một chiếc vòng bạc trị giá 20 Rupees (của hồi môn) và một cục kẹo. Đi ngồi thiền, đi ăn, đi tắm, đi đâu cụ cũng để túi cạnh mình.

Một hôm, cụ khóc rất đau khổ, hỏi nguyên nhân thì ra túi đồ có vòng bạc và tiền của cụ đã bị thất lạc. Cụ không chịu ngồi thiền nữa và cứ ngồi khóc rất thê thảm vì cụ rất quý chiếc vòng 20 Rs đó. Mọi người hùn lại cho cụ 100 Rs dù túi đồ của cụ chỉ trị giá 40 Rs, nhưng cụ vẫn khóc, vì tiếc chiếc vòng quý... và chấp chặt là của mình, phải tìm lại cho mình. May quá, sau một người làm vườn thấy con khỉ đang ăn kẹo và tay cầm túi xách của cụ. Chú bèn rượt và lấy lại được túi xách. Cụ vui mừng. Cụ hết khóc và vui tu lại. Tất cả là do chấp chặt. Nên khi hành thiền, đừng mang theo của quý và nếu đem thì giữ trong tủ của ban tổ chức khóa lại và mình giữ chìa khóa.

6.7. PHÁP THOẠI NGÀY THỨ BẢY 22/12/2023

Trên bảng nơi cửa thiền đường ghi: "Sự thực hành liên tục là chìa khóa để thành công."

Hôm nay thiền sinh tập quán thân trên thân: xuôi ngược, ngược xuôi, trên dưới, dưới trên, toàn phần hay từng phần: quán từ chân đến đùi, đùi đến bụng, bụng đến ngực, ngực đến trán, trán đến đầu và ngược lại từ trên xuống dưới.

Ý thức cảm giác trong từng cử động, suy nghĩ. Gặp thức ăn đi tới lui: cảm giác mình gặp thức ăn và đi tới lui...

Khi buồn ngủ thì mở mắt, ngó xuống và nắm hai dái tai kéo xuống để tỉnh ngủ.

Bài pháp thoại hôm nay giảng về Khổ: Tùy nhận

thức mỗi người mà khổ có thể là bi quan hay lạc quan. Ví như người mẹ đưa 10 Rs kêu đứa con trai đi mua dầu ăn. Mua xong, cậu bé lỡ vấp té, đổ hết nửa chai, về nhà khóc sợ vì đổ dầu. Đó là thái độ bi quan.

Người mẹ lại đưa 10 Rs cho người con trai lớn đi mua dầu. Nửa đường cậu bé cũng bị té và dầu đổ ½. Về nhà, người con hí hửng rất vui thưa rằng: "Mẹ ơi, con bị té và may qua, con chụp được, nên còn ½ dầu mẹ ạ, chỉ đổ một nửa thôi." Đây là thái độ lạc quan.

Như vậy, cũng đổ dầu nhưng có người bi quan và người lạc quan. Vậy khổ vui là không thật, chỉ là cảm giác thoáng qua của vọng tưởng từng người.

Sau này, tập thiền thăng tiến, sẽ có những khóa tu 20, 30, 45 và 60 ngày miên mật, không hề có 5 phút nghỉ hay giờ nghỉ nhiều như khóa đầu tiên của 10 ngày này.

6.8. PHÁP THOẠI NGÀY THỨ TÁM 23/12/2023

Trên bảng ghi: "Tỉnh giác từng khoảnh khắc."

"Giữ tâm cân bằng từng khoảng khắc."

Bài giảng nói về tinh cần, tỉnh giác, chánh niệm, nhạy bén biết các cảm giác, giữ tâm quân bình.

Câu chuyện Ngoại đạo tìm cách để đánh bại Phật: Có những nhà ngoại đạo muốn tranh luận, bẻ quật Đức Phật nhưng Đức Phật luôn điềm tĩnh trả lời, rất khó đánh bại được ngài.

Họ bàn với nhau: nếu chúng ta đến Đức Phật hỏi về da thú, tro cốt, quỳ một chân, ngày ăn 1 hạt mè.... thì Đức Phật sẽ không trả lời, vì ngài không có thực hành những hạnh này để được bẻ quật Đức Phật.

Đức Phật chỉ giảng về giới, định, tuệ. Đây là những điều đúng đắn nên không thể bẻ Đức Phật được. Nhóm ngoại đạo nghĩ ai cũng thích tiền và đàn bà, vậy Đức Phật thì thế nào? Về tiền thì ngài không ham vì ngài là thái tử Sĩ-Đạt-Đa bỏ cung vàng điện ngọc để đi tìm đạo, nên không thể tranh luận với ngài về tiền. Về đàn bà: ai cũng thích gái đẹp. Họ liền luyện một cô gái đẹp trang điểm và vào một buổi tối, cô từ hướng tịnh thất của Đức Phật đi ra với tóc tai rũ rượi, quần áo xốc xếch, và nói lớn rằng: "Tôi đã có một đêm rất tuyệt vời với Đức Phật Thích Ca." Những người xung quanh đó nghĩ là bà điên, nên không quan tâm.

Tám tháng sau, cô gái đẹp đến với một bụng bầu to (độn gối vào bụng) tới giảng đường, nơi Đức Phật đang thuyết pháp, có vua quan và dân chúng rất đông. Cô ấy la toáng lên rằng: "Này Đức Phật, ngài tính sao với thai nhi này!" Đức Phật khởi lòng từ bi, thương cô gái này, nạn nhân của nhóm ngoại đạo, ngài không giận ghét. Vì nếu giận thì ngài đã nói vua quan đang thính pháp nơi đây chém đầu cô gái rồi. Lực từ bi của Đức Phật tỏa ra, cô được chuyển hóa, cô cảm thấy bối rối và lúc đó một con chuột chạy tới cắn sợi dây nơi bụng nàng, rớt bào thai giả xuống.

Đức Phật luôn khởi lòng hiểu và thương. Người tu vipassana luôn khởi lòng từ bi. Ví như có một tướng cướp xâm hại cô gái trẻ. Nếu thiền sinh vipassana thương nạn nhân là cô gái trẻ một thì sẽ khởi lòng thương người tướng cướp gấp đôi, bởi lẽ xót thương kẻ hiếp dâm do tội này mà đọa lạc, nên tỏa lực cảm hóa và cứu kẻ cướp.

Chuyện tướng cướp Vô Não chặt 99 ngón tay của 99 nạn nhân cũng vậy.

6.9. PHÁP THOẠI NGÀY THỨ CHÍN 24/12/2023

Khi sân giận, tham ái, ngu dại là những phản ứng sinh hóa trừu tượng, khó thấy hơn là trú tâm nơi hơi thở, cụ thể đối tượng. Nếu mỗi ngày mướn thư ký kiểm soát sự giận dữ ba thời, mỗi thời 8 tiếng x 3 = 24 hours, để thấy mình giận dữ mà đối trị thì rất tốn nhiều tiền. Vipassana giúp quý vị thấy sân giận và cảm giác vô thường chóng vách, mà không tốn đồng nào.

Chúng ta không thể thay đổi thế giới, nhưng chúng ta có thể thay đổi chúng ta qua vipassana.

Có câu chuyện một người họa sĩ vẽ một bức tranh của một cô gái đẹp, rồi họa sĩ tự yêu cô gái ấy, tìm cho bằng được cô gái ấy để làm vợ. Tìm không được rất đau khổ. Rồi họa sĩ lại vẽ một con ác quỷ xấu xí. Vẽ xong, quá sợ hãi, chạy trốn và luôn bị ám ảnh. Cô gái đẹp hay ác quỷ đều do họa sĩ tạo ra. Các cảm giác, cảm thọ đều do mình tạo ra, chúng là giả tạo.

Chuyện một vị hoàng hậu và vua cùng ngồi thiền. Xả thiền cả hai cùng khởi câu hỏi lẫn nhau.

Hoàng hậu hỏi: "Thưa Bệ hạ, ngài yêu ai nhất trên đời?"

Vua trả lời: "Trẫm yêu trẫm nhất."

Vua hỏi: "Thần thiếp yêu ai nhất trên đời?"

Hoàng hậu trả lời: "Thần thiếp yêu bản thân thần thiếp nhất trên đời."

Cả hai đều trả lời đúng theo tinh thần vipassana, vì

nếu có ai yêu quý, chìu chuộng và phụng sự cho bản thân mình, thì mình yêu người đó, nên chính là ái ngã, ngã ái.

Thiền sinh tu 10 ngày Vipassana là 10 ngày giữ được 5 giới và 10 Ba-la-mật.

Mười pháp ba-la-mật (pāramī) như sau:

1. Bố thí ba-la-mật (dāna pāramī)

2. Trì giới ba-la-mật (sīla pāramī)

3. Xuất gia ba-la-mật (nekkhamma pāramī)

4. Trí tuệ ba-la-mật (paññā pāramī

5. Tinh tấn ba-la-mật (viriya pāramī)

6. Nhẫn nại ba-la-mật (khanti pāramī)

7. Chân thật ba-la-mật (sacca pāramī)

8. Nguyện lực ba-la-mật (adhitthāna pāramī)

9. Tâm từ ba-la-mật (mettā pāramī)

10. Tâm xả ba-la-mật (upekkha pāramī)

Trong mười Ba-la-mật có Ba-la-mật thứ tám là kiên quyết nguyện lực và Ba-la-mật thứ sáu là kham nhẫn, nhẫn chịu. Kiên quyết dù có tê chân, nhức lưng… vẫn không nhúc nhích, mở mắt hay cục cựa, ngồi yên như bức tượng. Bên dòng sông Ni-Liên-Thiền, dưới cội bồ đề, Đức Phật đã nguyện nếu chưa giác ngộ, ngài sẽ yên lặng ngồi thiền, không nhúc nhích hay đứng lên và nếu lời nguyện đúng như vậy thì cho bình bát trôi ngược dòng sông và quả vậy, ngài thả bình bát trên mặt sông Ni-liên và bình bát của ngài đã trôi ngược dòng để minh chứng cho lời nguyện kiên quyết Ba-la-mật đó.

Ngày tu thiền thứ 10 tức ngày mai sẽ được nói chuyện. Do được nói chuyện nên dễ nói phóng đại hay nói láo, nên thật ra chỉ có 9 ngày trong mười ngày thiền là giữ được giới thôi.

Ngài Goenka kể tiếp rằng: Vào những ngày đầu mới thành lập trung tâm thiền Vipassana, ngài Goenka đã nói với ban quản trị: nên tổ chức miễn phí hết, không lấy tiền ăn, không lấy tiền phòng và không lấy tiền giảng pháp. Vì nếu lấy tiền ăn thì thiền sinh sẽ yêu cầu món này kia, "vì tôi đóng tiền nên tôi được yêu cầu, phải nấu món này kia." Phòng nghỉ và cách giảng dạy cũng vậy. Bây giờ không lấy tiền là tặng phẩm ban tổ chức nấu gì ăn nấy, sắp xếp phòng nào ở thì ở phòng nấy, không đòi hỏi. Giống như tu sĩ, ai cúng thực phẩm gì thì ăn đấy. Đây là tặng phẩm của đời cho mình.

Ban quản trị lo lắng rằng nếu không lấy tiền, những người nghèo vào ăn ở rất nhiều. Ngài Goenka trả lời rằng: "Nếu họ vào ăn và ở mà họ sẽ ngồi thiền từ 8-11 giờ mỗi ngày, từ 4g sáng đến 9g tối, thiền được như vậy thì sẵn sàng cung cấp chỗ ăn và ở."

Hôm nay, ngày thiền thứ chín là ngày còn giữ sự im lặng thánh thiện (Noble silence). Ngày mai là ngày thứ 10 cuối cùng, buổi trưa thiền sinh sẽ được lấy cellphone và vật dụng gởi lại và được nói chuyện với mọi người xung quanh.

6.10. PHÁP THOẠI NGÀY THỨ MƯỜI 25/12/2023

Hôm nay ngày thứ 10 là ngày tu tập thiền Từ Bi Quán (Metta Day), xem phim "Doing Time, Doing Vipassana" nói về tù nhân hành thiền Vipassa và nghe về cuộc đời của cố Thiền Sư Goenka.

METTA BHAVANA

8-9g: ngồi thiền chung

9-10g: hướng dẫn thiền

(Chấm dứt sự im lặng thánh thiện và nhớ vẫn giữ sự yên lặng ở thiền đường và xung quanh)

2:30-3:45: ngồi thiền chung và thực hành metta

6-7g: ngồi thiền chung

7-8g tối: Pháp thoại (không có ngồi thiền sau pháp thoại discourse).

Buổi trưa trước giờ ăn cơm, các thiền sinh được lấy điện thoại, các vật dụng giấy tờ trong học tủ ra và được nói chuyện điện thoại hay những người xung quanh và đây cũng là giờ phút cúng dường cho trường thiền Dhamma Bodhi. Phải trải qua 10 ngày an lạc và ngày cuối cùng, thiền sinh mới được tùy hỉ cúng dường. Trường thiền duy trì được là nhờ sự hỉ cúng của từng thiền sinh, nên hầu như các thiền sinh, ai cũng ghi danh cúng dường và nhận được biên nhận/phiếu công đức.

Lúc 1g trưa, thiền sinh được xem phim "Doing Time, Doing Vipassana" [10] (tạm dịch Tạo Thời Gian, Hành Vipassana), đạo diễn Aylet Menahemi và Eilona Ariel, *Vipassana Research Institute, hãng phim Karuna Films của Ấn Độ* sản xuất *năm 1997. Phim dài 52 phút.* Bộ phim tài liệu từng đoạt giải thưởng này đưa các thiền sinh vào một nhà tù lớn nhất Ấn Độ, một trong những nhà tù nghiêm nhặt nhất trên thế giới, và cho thấy những

---

10 https://en.wikipedia.org/wiki/Doing_Time,_Doing_Vipassana

thay đổi mạnh mẽ do việc đưa pháp thiền Vipassana vào nhà tù cho tù nhân thực hành.

Đây là câu chuyện về một người phụ nữ mạnh mẽ tên Kiran Bedi, cựu Tổng Thanh tra Nhà tù ở New Delhi. Cô cố gắng biến Nhà tù Tihar khét tiếng, từng là một địa ngục của tội ác, thành một ốc đảo hòa bình, an lành.

Đó là một câu chuyện về một phương pháp thiền cổ xưa của Đức Phật Thích Ca, có tên là Vipassana, được dạy bởi thiền sư người Miến Điện S.N. Goenka, giúp mọi tù nhân bất kể màu da nào, tôn giáo nào đều có thể kiểm soát cuộc sống của họ và hướng đến lợi ích cho chính họ và người khác. Trên hết, đó là câu chuyện về các tù nhân đã trải qua sự thay đổi tâm linh sâu sắc, và nhận ra rằng việc tống giam không phải là kết thúc mà có thể là khởi đầu của một cuộc sống mới, nếu tù nhân biết tập thiền Vipassana.

THIỀN TỪ BI QUÁN (METTA SUTTA) là phương cách để nuôi dưỡng và ban rải lòng hiểu và thương đến mọi loài để tất cả cùng thoát khổ, an lạc, giải thoát như Kinh Yêu Thương[11] đã dạy:

"Nguyện cho mọi người và mọi loài được sống trong an toàn và hạnh phúc, tâm tư hiền hậu và thảnh thơi.

Nguyện cho tất cả các loài sinh vật trên trái đất đều được sống an lành, những loài yếu, những loài mạnh, những loài cao, những loài thấp, những loài lớn, những loài nhỏ, những loài ta có thể nhìn thấy, những loài ta không thể nhìn thấy, những loài ở gần, những loài ở xa,

---

11 Metta Sutta, Sutta Nipata I, Thích Nhất Hạnh dịch.
https://www.facebook.com/langmai.org/posts/673520019473367/

những loài đã sinh và những loài sắp sinh.

Nguyện cho đừng loài nào sát hại loài nào, đừng ai coi nhẹ tính mạng của ai, đừng ai vì giận hờn hoặc ác tâm mà mong cho ai bị đau khổ và khốn đốn...”

Với tâm lắng đọng, bình yên, gạn sạch cỏ phiền não tiêu cực trong chín ngày và ngày cuối cùng trên đất tâm thanh tịnh, gieo mầm hoa màu từ bi đối với những chúng sanh đau khổ xung quanh như Cố Thiền sư S.N. Goenka đã tận lòng hướng đến:

“Nguyện tất cả những người đau khổ trên thế giới này hiểu được Giáo pháp là gì, họ có thể thực hành và áp dụng Dhamma trong cuộc sống hàng ngày, để thoát khỏi những đau khổ của tâm tiêu cực ô uế. Nguyện tất cả chúng sanh có thể tận hưởng sự an lạc và hài hòa của tâm thanh tịnh, hiểu và thương các loài hữu tình khác.”

(May all suffering people of the world understand what is Dhamma, may they practice Dhamma, may they apply Dhamma in their day-to-day life and come out of all the agonies of a defiled mind full of negativities. May all enjoy the peace and harmony of a pure mind, a mind full of compassionate love and goodwill towards other beings).[12]

CUỘC ĐỜI THIỀN SƯ GOENKA

Hôm nay ngày cuối cùng, thiền sinh được nghe câu chuyện về cuộc đời thiền sư Miến Điện Goenka. Ngài vốn là một thương gia giàu có ở Miến Điện, rất thành công trong thương mại và kỹ nghệ nên tiền rất nhiều. Tuy nhiên, ngài bị bịnh nhức đầu kinh niên, tốn rất

---

12 https://os.vridhamma.org/Old-Students

nhiều tiền mà không ai trị được bịnh này. Bác sĩ phải chích thuốc phiện để ngài đỡ đau. Chích thuốc phiện thì phải chịu hậu quả phụ là nghiện và cai nghiện. Rồi bác sĩ khuyên đi du lịch vài tháng cho quên việc thương mại và bịnh hoạn.

Ngài Goanka đi Thụy Sĩ, Hà Lan, Ý và Nhật Bản vài tháng. Các bác sĩ ở các nước này cũng trị, tốn rất nhiều thời gian và tiền bạc nhưng không bớt. Một người bạn Miến Điện đã khuyên ngài nên đi tu thiền 10 ngày với sự hướng dẫn của sư phụ Sayagyi U Ba Khin, người Miến Điện.

Sư phụ Sayagyi U Ba Khin gặp ngài Goenka và nói rằng thiền sinh Goenka vẫn giữ đạo Hindu Ấn Độ của gia đình, không ảnh hưởng khi hành thiền Vipassana. Tuy nhiên, không lạy Phật, lạy thượng đế, cúng kiếng nghi lễ... trong 10 ngày này. Goenka rất không muốn tham dự vì ngài rất kính trọng Đức Phật và hay tôn thờ lễ lạy, nhưng ở đây Sư phụ Sayagyi U Ba Khin không cho phép. Ngài Goenka nói muốn tập vipassana để trị bịnh. Sư phụ nói đây không phải là bịnh viện hay bác sĩ trị bịnh mà mục đích là thanh lọc tâm. Ngài Goenka cũng chịu khó tham dự được hai ngày, quả tình là rất muốn xách quần áo về. Một cô giáo người nước ngoài thấy vậy nói ngài chịu khó ở thêm 1, 2 ngày đi vì thường kết quả Vipassana đến vào ngày thứ ba hay ngày thứ tư.

Ngài chịu khó ở thêm một ngày nữa. Quả nhiên sự an lạc đến và kéo dài cho đến bây giờ. Ngài Goenka rất mang ơn cô giáo lạ đó, bịnh nhức đầu của ngài cũng hết và tâm rất an lạc.

Cha mẹ ngài ở Miến Điện bịnh, phải qua Ấn độ trị

bịnh. Ngài muốn chia sẻ pháp thiền Vipassana này cho cha mẹ, nên qua Ấn độ và bắt đầu dạy thiền cho cha mẹ và các người thân. Từ số vài chục người tham dự thiền lúc đầu, rồi tăng lên đến trăm vị, ngàn vị, có cả người đạo Ấn, đạo Hồi, đạo Phật, Thiên Chúa, cả chính trị gia, lãnh đạo xã hội và cả trí thức cùng thường dân đều đến học pháp thiền Vipassana của Đức Phật. Lúc đầu, ngài dạy một khóa, hai khóa và bây giờ cả ngàn khóa.

6.11. SÁNG NGÀY THỨ MƯỜI MỘT 26/12/2023

Trong nhóm quý sư cô thiền sinh Việt Nam, có vị đã tham dự hơn 10 khóa, hay vài khóa hoặc là khóa đầu tiên. Các tăng ni thiền sinh cũ có thể đăng ký làm thiện nguyện giúp tăng ni Việt Nam như Sư cô Chúc Hân (Chùa Xuân Thành, Đồng Nai) và Sư cô Minh Như (Ni viện Viên Không, Bà Rịa, Vũng Tàu) trong mười ngày qua đã đứng trong ban tổ chức để dịch thuật và giúp đỡ cho chư ni yên ổn và tu tập theo quy tắc của trường thiền.

Nhóm ni Việt Nam cũng làm lễ tạ ân nữ thiền sư Smt. Anupama Vinayak Jagtap và gởi ít quà bánh Việt Nam lên Thiền sư đã tận tâm hướng dẫn chư ni và đại chúng trong mười ngày qua.

Ni sư Giới Hương và ni chúng
cảm ơn Thiền sư Smt. Anupama Vinayak Jagtap

Nói về cảm tưởng sau khi mãn khóa thiền mười ngày, Sư cô Pháp Huệ (Ni sinh Trường Đại Học Andhra, Visakhapatnam, Andhra Pradesh, Ấn Độ) cho biết như sau : *"Qua khóa thiền, con đã trải nghiệm biết được điều gì quan trọng nên làm trong cuộc sống. Thế gian hay các pháp đều vô thường nhưng trong sự vô thường, chúng ta có thể học được Vipassana, một nghệ thuật sống, để đem lại hạnh phúc an lạc cho chính mình và nhiều người. Vipassana sẽ giúp nhiều người ngày càng biết đến chánh pháp Dhamma và biết cách vượt qua cảm giác khổ đau trong cuộc đời này."*

Sư cô Tịnh Hỷ (Ni sinh Trường Đại Học Andhra, Visakhapatnam, Andhra Pradesh, Ấn Độ) chia sẻ rằng: *"Từ khi mở mắt chào đời cho đến nay, con đã chạy mãi trong những ham muốn, sân giận, si mê. Kể từ khi tham gia khóa thiền Vipassana lần thứ nhất (năm 2022) và* lần thứ hai (năm 2023) tại trung tâm thiền này của ngài Goenka ở Ấn Độ, con như người trong đêm tối tìm được ánh sáng. Nhờ quan sát cảm giác quán thân trên thân, giúp con từ từ nhận ra các cảm thọ vô thường và sự phản ứng chỉ tăng thêm khổ đau, nên tầng suất bị chi phối tuy có nhưng đã giảm xuống.

Những bài pháp thoại buổi tối, những câu chuyện trải nghiệm của thiền sư Goenka và lời giải thích đơn giản, giúp con hiểu rõ sâu sắc hơn về giáo lý Duyên Khởi và Ngũ uẩn. Nghe pháp thoại không ghi chép nhưng mỗi lời ngài dạy như thuốc giúp con phát triển niềm tin và thêm kính yêu về Đức Phật hơn."

CHƯƠNG 3

KẾT LUẬN

Thiền Vipassana là sự trải nghiệm quán chiếu từ từ và giải thoát từ từ tự nhiên len lõi đến, do sự tinh cần, tỉnh giác, chánh niệm, chuyên tu của từng thiền sinh. Chìa khóa của thiền là quán sát, gọi là minh sát tuệ, sẽ giúp cân bằng cảm xúc, giảm các tâm tiêu cực, căng thẳng, tăng sự minh mẫn, an lạc.

Tham dự khóa thiền Vipassana 10 ngày là nơi để tịnh tâm và nghỉ dưỡng tốt, để thân nghỉ ngơi bởi lẽ đã làm việc cực nhọc suốt đời, bây giờ có 10 ngày chỉ chuyên thiền quay về bên trong, không email, cellphone, facebook, tiktok sống ảo, liên lạc động loạn, thay vào đó, chỉ chú tâm đến hơi thở, quán thân, quán thọ và tăng năng lượng tích cực cho cuộc sống.

Trường thiền Dhamma Bodhi tổ chức đều đặn mỗi

nửa tháng (tại Bồ-đề-đạo-tràng, Ấn độ và nhiều nơi khác) đều hoàn toàn miễn phí. Thiền sư không nhận bất cứ thù lao vật chất tiền bạc nào. Phòng nghỉ, thực phẩm, điện nước hoàn toàn miễn phí. Ngân quỹ ở đâu có? Mọi phí tổn đều đến từ sự đóng góp của những thiền sinh cũ đã tham dự khóa thiền trước, hưởng được những lợi lạc từ Vipassana và muốn cho những người khác, nhất là thiền sinh mới, cũng có cơ hội hưởng được lợi lạc tâm linh như mình. Thật là một cách tổ chức cao quý và hiệu quả rất cao.

Vipassana mang lợi ích thiết thực cụ thể trong hiện tại và tương lai như vậy, nên có nhiều cư sĩ tại gia của nhiều tôn giáo từ nhiều nước xả thân đi làm, buôn bán và kiếm tiền nhiều để làm hộ pháp chuyên cúng dường xây dựng trung tâm và phục vụ thiện nguyện miễn phí cho các trường thiền. Các thiền sinh tham dự thấy lợi ích thân tâm, nên cũng liên tiếp đăng ký để tham dự nhiều khóa, nên trung tâm thiền Vipassana của Cố Thiền Sư Goenkaji ngày càng phát triển và phổ biến.

Kết thúc một khóa thiền. Mọi thiền sinh đều xách hành lý bước ra khỏi thiền đường, trở về với cuộc sống tất bật, bận rộn hàng ngày của sáu căn đối với sáu trần... Nhưng đối với nhiều thiền sinh, hình như có một cái gì đó đã thay đổi trong tâm. Họ nhìn về phía trước bởi cuộc sống sẽ có ý nghĩa hơn với Vipassana.

Mùa đông 2023 tại Bồ-đề-đạo-tràng, Ấn Độ,

Kính tường,

Thích Nữ Giới Hương

Huongsentemple@gmail.com

Từ trái qua: Sư cô Viên Nhuận, Sc Tịnh Hỷ, Ni sư TN Giới Hương, Sc Pháp Huệ và một thiền sinh trước cổng trường thiền Dhamma Bodhi

NGUỒN THAM KHẢO

1. The Gem Set in the Gold – A Mual of Pariyatti containing the Pali and Hindi Chanting from a ten-day course of Vipassana Meditation as taught by Acharya S.N.Goenka. Vipassana Research Institute. 2009. Trang 5.

2. https://www.dhamma.org/vi/locations/directory#002

3. https://os.vridhamma.org/Old-Students

PHỤ LỤC 1

TỨ NIỆM XỨ

Tỳ-kheo-ni Hải Triều Âm biên soạn

CÚI ĐẦU CHẮP TAY CUNG KÍNH

- Đảnh lễ các bậc Tôn sư đã dạy chúng con tu học.

- Tạ ơn các Thiện tri thức đã giúp chúng con tu học.

- Thỉnh các bậc cao minh chỉ dạy những thiếu sót.

- Xin các đấng Từ bi cho chúng con sám hối những lỗi lầm.

- Nguyện cầu mười phương chúng sanh đồng đạt trí tuệ giải thoát.

LỜI KHAI THỊ

(Của Tỳ-kheo Sidhimuni, tốt nghiệp quốc gia cao đẳng Pali Thái Lan)

Tại làng Ku Ru, Phật thâm diệu giảng Tứ Niệm Xứ. Ngôn từ tế nhị như những ngọc châu được tôn trí trên hộp vàng chạm trổ thiện xảo.

Xứ Ku Ru khí hậu tốt, thực vật nhiều sinh khí. Nhân dân tráng kiện, có khả năng suy niệm sâu xa. Họ ham Tứ Niệm Xứ đến nỗi giai cấp nô lệ giặt áo bên sông hay ngồi bên khung cửi, chỉ bàn luận với nhau về Tứ Niệm Xứ. Ai không hành Tứ Niệm Xứ, liền bị cả làng khiển trách là một tử thi làm bẩn mặt đất. Ai thực hành Tứ Niệm Xứ, liền được khen: "Lành thay! Sự sống có phẩm chất người".

Tứ Niệm Xứ là giáo pháp vô song cho ta được nếm hương vị Niết-bàn. Giác có hai: giác ngộ và giác sát. Giác ngộ là nhận được cái mình vốn có. Giác sát diệt vọng tưởng vô minh và những gì làm chướng sự giác ngộ. Tứ Niệm Xứ khai tuệ minh sát, cần thấm vào bốn oai nghi, hiện hình trong ba nghiệp thân miệng ý. Tâm chúng ta phải là tấm gương luôn luôn giác chiếu. Nhờ trí minh sát chúng ta tự chủ được mỗi mỗi tâm niệm, mỗi mỗi hành vi, mỗi mỗi hơi thở. Có vậy mới thanh lọc được những chủng tử vô minh, tập khí từ lịch kiếp, kẻ thù không đội trời chung của khách xuất thế.

Trước hết phải xa lìa tuyệt đối những tư tưởng ái luyến quá khứ, xây dựng vị lai. Tin chắc kiếp sống nhân sinh hoàn toàn do nghiệp lực an bài, nên chỉ cần tiêu nghiệp là sẽ hưởng an vui. Khôn không ăn, dại không thiệt, chỉ chánh kiến mới giải thoát. Loại trừ hết so đo tính toán của ý thức, chỉ nhắm thẳng vào hiện tại. Đi đứng thì chú trọng vào oai nghi, ngồi nằm thì để tâm vào hơi thở. Lâu dần thô tưởng tiêu mòn, ngoại trần hết vương, thấy rõ vô thường vô ngã, đời sống chỉ xây dựng trên hai hơi thở ra vào mong manh.

Kinh dạy: "Thở ra biết thở ra, thở vào biết thở vào". Gần đây ở Miến Điện, thiền sư Mahasi dạy: "Bụng phồng biết bụng phồng, bụng xẹp biết bụng xẹp". Đây là có ý khuyên thở bằng bụng, tránh động thần kinh giao cảm ở tim, khiến tâm thần dễ an hòa. Lối thở này ngăn ngừa những cảm kích mạnh phát sanh. Đứng về mặt sinh lý thì đây là chìa khóa đóng chặt cửa, không cho ô nhiễm xâm nhập vào tâm.

Trong hàng ức triệu sinh linh, chúng ta có may mắn được thân người, lại được nghe Phật Pháp. Phải cố gắng chuyên cần cầu giới định tuệ để hy vọng đạt đạo quả ngay kiếp sống này. Nếu lỡ dịp thì chúng ta vẫn y nhiên ở trong vòng quay tròn của triền miên sanh tử. Chúng ta thiết tha cần đổi cái xác già bệnh chết này lấy giới thân tuệ mạng.

Nhất định như vậy! Con đường danh lợi của trần gian, không thể đưa đến chánh kiến. Đệ tử Phật quyết tâm cầu học y ly để tiến tới Niết-bàn.

CHÍ TÂM ĐẢNH LỄ:

1- A-tỳ ngục tốt, phát khởi thiện tâm. Bổn Sư Thích Ca Mâu Ni Phật.

2- A tăng kỳ kiếp, quả mãn nhân tròn. Bổn Sư Thích

Ca Mâu Ni Phật.

3- Nhất sanh bổ xứ, trên trời Đâu Suất. Bổn Sư Thích Ca Mâu Ni Phật.

4- Ta-bà hóa độ, ứng hiện sanh thân. Bổn Sư Thích Ca Mâu Ni Phật.

5- Đâu Suất giáng thần, ứng mộng Ma Gia. Bổn Sư Thích Ca Mâu Ni Phật.

6- Hoàng cung thác chất, thị hiện đầu thai. Bổn Sư Thích Ca Mâu Ni Phật.

7- Dưới cây Vô Ưu, khánh đản giáng sanh. Bổn Sư Thích Ca Mâu Ni Phật.

8- Giả hưởng năm dục, chán cảnh vô thường. Bổn Sư Thích Ca Mâu Ni Phật.

9- Dạo chơi bốn cửa, rõ già bệnh chết. Bổn Sư Thích Ca Mâu Ni Phật.

10- Nửa đêm vượt thành xuất gia học đạo. Bổn Sư Thích Ca Mâu Ni Phật.

11- Non xanh cắt tóc, tìm Thầy hỏi đạo. Bổn Sư Thích Ca Mâu Ni Phật.

12- Núi Tuyết tu hành, sáu năm khổ hạnh. Bổn Sư Thích Ca Mâu Ni Phật.

13- Dưới cây Bồ-đề, hàng phục ma quân. Bổn Sư Thích Ca Mâu Ni Phật.

14- Sao mai vừa mọc, đạo quả viên thành. Bổn Sư Thích Ca Mâu Ni Phật.

15- Bốn chín năm tròn thuyết pháp độ sanh. Bổn Sư Thích Ca Mâu Ni Phật.

16- Tam thừa đã đủ, hóa độ vừa xong. Bổn Sư Thích Ca Mâu Ni Phật.

17- Ta La song thọ, thị hiện Niết-bàn. Bổn Sư Thích Ca Mâu Ni Phật.

18- Lưu bố xá-lợi, phước ích trời người. Bổn Sư Thích Ca Mâu Ni Phật.

19- Ta-bà giáo chủ đại từ bi phụ. Bổn Sư Thích Ca Mâu Ni Phật.

20- Đương hội đạo tràng thiên bách ức hóa thân. Bổn Sư Thích Ca Mâu Ni Phật.

KINH TỨ NIỆM XỨ

Ta nghe như vầy: Một thời Thế Tôn ở xứ Ku Ru dạy rằng: Này các Tỳ-kheo! Đây là con đường độc nhất đưa đến thanh tịnh, vượt khỏi sầu não, diệt trừ khổ ưu, thành tựu chánh trí, chứng ngộ Niết-bàn. Đó là bốn niệm xứ. Những gì là bốn?

1- Sống quán thân trên thân, tinh cần, tỉnh giác, chánh niệm, chế ngự tham ưu.

2- Sống quán thọ trên thọ, tinh cần, tỉnh giác, chánh niệm, chế ngự tham ưu.

3- Sống quán tâm trên tâm, tinh cần, tỉnh giác, chánh niệm, chế ngự tham ưu.

4- Sống quán pháp trên pháp, tinh cần, tỉnh giác, chánh niệm, chế ngự tham ưu.

* * *

I. QUÁN THÂN TRÊN THÂN

1.1. Quán thân qua hơi thở

Tỳ-kheo đi đến khu rừng, gốc cây hay ngôi nhà trống, kiết già, lưng thẳng, chánh niệm. Tỉnh giác vị ấy thở vào.

Tỉnh giác vị ấy thở ra.

Thở vô dài, vị ấy biết ta thở vô dài. Thở ra dài, vị ấy biết ta thở ra dài.

Thở vô ngắn, vị ấy biết ta thở vô ngắn. Thở ra ngắn, vị ấy biết ta thở ra ngắn. Cảm giác toàn thân ta thở vô, vị ấy tập. Cảm giác toàn thân ta thở ra, vị ấy tập. An định toàn thân ta thở vô, vị ấy tập. An định toàn thân ta thở ra, vị ấy tập.

Như thợ quay thiện xảo, khi quay dài, biết "tôi quay dài". Khi quay ngắn, biết "tôi quay ngắn".

Như vậy Tỳ-kheo sống quán thân trên nội thân, sống quán thân trên ngoại thân, sống quán thân trên nội ngoại thân. Sống quán tánh sanh khởi trên thân, sống quán tánh diệt tận trên thân, sống quán tánh sanh diệt trên thân. Trên thân, vị ấy an trụ chánh tri với hy vọng hướng đến chánh trí, chánh niệm. Tỳ-kheo sống không nương tựa, không chấp trước một vật gì ở đời.

1.2. Quán thân qua các hành động

a- Tỳ-kheo đi biết "tôi đi", đứng biết "tôi đứng", ngồi biết "tôi ngồi", nằm biết "tôi nằm". Thân thể được sử dụng thế nào đều biết rõ.

b- Tỳ-kheo bước tới bước lui, biết rõ việc mình đang

làm. Tỳ-kheo ngó tới ngó lui, biết rõ việc mình đang làm. Đắp y Tăng-già-lê, mang bát, mặc áo, biết rõ việc mình đang làm. Đại tiện, tiểu tiện, biết rõ việc mình đang làm.

Như vậy Tỳ-kheo sống quán thân trên nội thân, sống quán thân trên ngoại thân, sống quán thân trên nội ngoại thân. Sống quán tánh sanh khởi trên thân, sống quán tánh diệt tận trên thân, sống quán tánh sanh diệt trên thân. Trên thân, vị ấy an trụ chánh tri với hy vọng hướng đến chánh trí, chánh niệm. Tỳ-kheo sống không nương tựa, không chấp trước một vật gì ở đời.

1.3. Quán thân qua 32 thể trược

Tỳ-kheo quan sát thân này, từ chân đến đảnh tóc, chứa đầy những vật bất tịnh: tóc, lông, móng, răng, da, thịt, gân, xương, tủy, thận, tim, gan, bầy nhầy, bao tử, phổi, lá lách, ruột già, ruột non, phân, óc, mật, đờm, mủ, máu, mồ hôi, mỡ đặc, mỡ lỏng, nước mắt, nước mũi, nước miếng, nước nhớp, nước tiểu.

Cũng như một bao đựng đầy hột, một người tinh mắt đổ bao ra và quan sát: "Đây là hạt gạo, đây là hạt lúa, đây là đậu xanh, đây là đậu đen, đây là hạt mè..."

Như vậy Tỳ-kheo sống quán thân trên nội thân, sống quán thân trên ngoại thân, sống quán thân trên nội ngoại thân. Sống quán tánh sanh khởi trên thân, sống quán tánh diệt tận trên thân, sống quán tánh sanh diệt trên thân. Trên thân, vị ấy an trụ chánh tri với hy vọng hướng đến chánh trí, chánh niệm. Tỳ-kheo sống không nương tựa, không chấp trước một vật gì ở đời.

1.4. Quán thân qua các bộ phận cấu thành

Tỳ-kheo quan sát: "Trong thân này có đất nước gió lửa". Như người đồ tể thiện xảo giết bò rồi cắt chia từng phần.

Như vậy Tỳ-kheo sống quán thân trên nội thân, sống quán thân trên ngoại thân, sống quán thân trên nội ngoại thân. Sống quán tánh sanh khởi trên thân, sống quán tánh diệt tận trên thân, sống quán tánh sanh diệt trên thân. Trên thân, vị ấy an trụ chánh tri với hy vọng hướng đến chánh trí, chánh niệm. Tỳ-kheo sống không nương tựa, không chấp trước một vật gì ở đời.

1.5. Quán thân qua thây chết

a- Tỳ-kheo thấy thây chết quăng bỏ trong nghĩa địa 1 ngày, 2 ngày, 3 ngày, trương phồng, xanh đen, nát thối. Tỳ-kheo quán: "Thân ta tánh chất cũng như vậy, bản tánh là như vậy. Mai đây không thể khác cảnh ngộ này".

b- Tỳ-kheo thấy thây chết quăng bỏ trong nghĩa địa, bị các loài quạ, diều hâu, kên kên, chó, dã can, côn trùng rỉa ăn. Tỳ-kheo quán: "Thân ta tánh chất cũng như vậy, bản tánh là như vậy. Mai đây không thể khác cảnh ngộ này".

c- Tỳ-kheo thấy trong nghĩa địa bộ xương còn dính thịt và máu, còn các đường gân cột lại. Có bộ xương không còn thịt nhưng còn máu. Có xương không còn liên kết, rải rác chỗ này chỗ kia. Đây là xương tay, đây là xương chân, xương ống, xương bắp vế, xương mông, xương sống, xương đầu... Tỳ-kheo quán: "Thân ta tánh chất cũng như vậy, bản tánh là như vậy. Mai đây không thể khác cảnh ngộ này".

d- Tỳ-kheo thấy thây chết quăng bỏ trong nghĩa địa chỉ còn toàn xương trắng màu vỏ ốc, hoặc chỉ còn một đống xương lâu năm, hoặc đang mủn thành bột. Tỳ-kheo quán: "Thân ta tánh chất cũng như vậy, bản tánh là như vậy. Mai đây không thể khác cảnh ngộ này".

Như vậy Tỳ-kheo sống quán thân trên nội thân, sống quán thân trên ngoại thân, sống quán thân trên nội ngoại thân. Sống quán tánh sanh khởi trên thân, sống quán tánh diệt tận trên thân, sống quán tánh sanh diệt trên thân. Trên thân, vị ấy an trụ chánh tri với hy vọng hướng đến chánh trí, chánh niệm. Tỳ-kheo sống không nương tựa, không chấp trước một vật gì ở đời

* * *

CHỨNG ĐẠT BỐN TẦNG THIỀN

Tỳ-kheo lìa dục sanh hỷ lạc, chứng sơ thiền. Khắp thân vui nhuận sung mãn như xà bông hòa vào nước, không giọt nước nào chẳng có xà bông.

Tỳ-kheo do định sanh hỷ lạc, chứng nhị thiền. Toàn thân vui nhuận sung mãn như nước suối từ đỉnh núi chảy xuống tràn trề.

Tỳ-kheo không hỷ còn lạc, nhập tam thiền. Toàn thân vui nhuận như cây sen sanh trưởng trong nước. Ngó cọng hoa lá đều đượm sức mát của nước trong.

Tỳ-kheo dùng tâm thanh tịnh nhập tứ thiền. Như người trùm vải trắng từ đầu đến chân, chỗ nào cũng trắng toát.

Tỳ-kheo khéo thọ trì, khéo tưởng nhớ. Như trước sau cũng vậy, như sau trước cũng vậy. Như đêm ngày cũng vậy, như ngày đêm cũng vậy. Như trên dưới cũng vậy, như dưới trên cũng vậy. Như thế tâm không đảo lộn, không ràng buộc, không mờ tối, tu tâm quang minh.

* * *

II. QUÁN THỌ TRÊN THỌ

Tỳ-kheo cảm giác vui, biết thọ vui. Tỳ-kheo cảm giác khổ, biết thọ khổ.

Tỳ-kheo cảm giác không khổ không vui, biết không khổ không vui.

Khi cảm giác vui thuộc vật chất, biết rằng: "Tôi cảm giác vui thuộc vật chất". Khi cảm giác vui thuộc tinh thần, biết rằng: "Tôi cảm giác vui thuộc tinh thần". Khi cảm giác khổ thuộc vật chất, biết rằng: "Tôi cảm giác khổ thuộc vật chất". Khi cảm giác khổ thuộc tinh thần, biết rằng: "Tôi cảm giác khổ thuộc tinh thần". Khi cảm giác không khổ không vui thuộc vật chất, biết rằng: "Tôi cảm giác không khổ không vui thuộc vật chất". Khi cảm giác không khổ không vui thuộc tinh thần, biết rằng: "Tôi cảm giác không khổ không vui thuộc tinh thần".

Như vậy Tỳ-kheo sống quán thọ trên nội thọ, sống quán thọ trên ngoại thọ, sống quán thọ trên nội ngoại thọ. Sống quán tánh sanh khởi trên các thọ, sống quán tánh diệt tận trên các thọ, sống quán tánh sanh diệt trên các thọ. Y cứ hiện tiền thọ, Tỳ-kheo sống an trụ chánh tri với hy vọng hướng đến chánh trí, chánh niệm. Tỳ-kheo sống không nương tựa, không chấp trước một vật gì ở đời.

* * *

III. QUÁN TÂM TRÊN TÂM

Tỳ-kheo tâm có tham, biết rằng tâm có tham.

Tỳ-kheo tâm không tham, biết rằng tâm không tham. Tỳ-kheo tâm có sân, biết rằng tâm có sân.

Tỳ-kheo tâm không sân, biết rằng tâm không sân. Tỳ-kheo tâm có si, biết rằng tâm có si.

Tỳ-kheo tâm không si, biết rằng tâm không si.

Tỳ-kheo tâm thâu nhiếp, biết rằng tâm thâu nhiếp. Tỳ-kheo tâm tán loạn, biết rằng tâm tán loạn.

Tỳ-kheo tâm quảng đại, biết rằng tâm quảng đại. Tỳ-kheo tâm hữu hạn, biết rằng tâm hữu hạn.

Tỳ-kheo tâm vô thượng, biết rằng tâm vô thượng. Tỳ-kheo tâm có định, biết rằng tâm có định.

Tỳ-kheo tâm không định, biết rằng tâm không định. Tỳ-kheo tâm giải thoát, biết rằng tâm giải thoát.

Tỳ-kheo tâm không giải thoát, biết rằng tâm không giải thoát.

Như vậy Tỳ-kheo sống quán tâm trên nội tâm, sống

quán tâm trên ngoại tâm, sống quán tâm trên nội ngoại tâm. Sống quán tánh sanh khởi trên tâm, sống quán tánh diệt tận trên tâm, sống quán tánh sanh diệt trên tâm. Y cứ hiện tiền tâm, Tỳ-kheo sống an trụ chánh tri với hy vọng hướng đến chánh trí, chánh niệm. Tỳ-kheo sống không nương tựa, không chấp trước một vật gì ở đời.

* * *

IV. QUÁN PHÁP TRÊN PHÁP

A.

1. Năm triền cái:

a- Tỳ-kheo nội tâm có ái dục, biết nội tâm có ái dục. Nội tâm không ái dục, biết nội tâm không ái dục. Ái dục chưa sanh nay sanh khởi, ái dục đã sanh nay đoạn diệt. Ái dục đã đoạn diệt, tương lai không sanh nữa, mỗi mỗi biết rõ.

b- Nội tâm có sân hận, biết nội tâm có sân hận. Nội tâm không sân hận, biết nội tâm không sân hận. Sân hận chưa sanh nay sanh khởi, sân hận đã sanh nay đoạn diệt. Sân hận đã đoạn diệt, tương lai không sanh nữa, mỗi mỗi biết rõ.

c- Nội tâm có thùy miên, biết nội tâm có thùy miên. Nội tâm không thùy miên, biết nội tâm không thùy miên. Thùy miên chưa sanh nay sanh khởi, thùy miên đã sanh nay đoạn diệt. Thùy miên đã đoạn diệt, tương lai không sanh nữa, mỗi mỗi biết rõ.

d- Nội tâm có trạo hối, biết nội tâm có trạo hối. Nội

tâm không trạo hối, biết nội tâm không trạo hối. Trạo hối chưa sanh nay sanh khởi, trạo hối đã sanh nay đoạn diệt. Trạo hối đã đoạn diệt, tương lai không sanh nữa, mỗi mỗi biết rõ.

e- Nội tâm có nghi, biết nội tâm có nghi. Nội tâm không nghi, biết nội tâm không nghi. Nghi chưa sanh nay sanh khởi, nghi đã sanh nay đoạn diệt. Nghi đã đoạn diệt, tương lai không sanh nữa, mỗi mỗi biết rõ.

2. Năm thủ uẩn:

Tỳ-kheo suy tư đây là sắc, đây là sắc sanh, đây là sắc diệt. Tỳ-kheo suy tư đây là thọ, đây là thọ sanh, đây là thọ diệt.

Tỳ-kheo suy tư đây là tưởng, đây là tưởng sanh, đây là tưởng diệt. Tỳ-kheo suy tư đây là hành, đây là hành sanh, đây là hành diệt.

Tỳ-kheo suy tư đây là thức, đây là thức sanh, đây là thức diệt.

3. Sáu nội ngoại xứ:

Tỳ-kheo biết: mắt duyên sắc, tai duyên thanh, mũi duyên hương, lưỡi duyên vị, thân duyên xúc, ý duyên pháp. Do đây kết sử phát khởi. Tỳ-kheo biết kết sử nay đoạn diệt, kết sử đã đoạn diệt, tương lai không sanh nữa.

B.

1. Bảy giác chi:

Tỳ-kheo biết rõ:

1- Nội tâm có niệm giác chi, nội tâm không niệm giác chi. Niệm giác chi chưa sanh nay sanh khởi, niệm giác chi đã sanh nay được tu tập viên thành.

2- Nội tâm có trạch pháp giác chi, nội tâm không trạch pháp giác chi. Trạch pháp giác chi chưa sanh nay sanh khởi, trạch pháp giác chi đã sanh nay được tu tập viên thành.

3- Nội tâm có tinh tấn giác chi, nội tâm không tinh tấn giác chi. Tinh tấn giác chi chưa sanh nay sanh khởi, tinh tấn giác chi đã sanh nay được tu tập viên thành.

4- Nội tâm có hỷ giác chi, nội tâm không hỷ giác chi. Hỷ giác chi chưa sanh nay sanh khởi, hỷ giác chi đã sanh nay được tu tập viên thành.

5- Nội tâm có khinh an giác chi, nội tâm không khinh an giác chi. Khinh an giác chi chưa sanh nay sanh khởi, khinh an giác chi đã sanh nay được tu tập viên thành.

6- Nội tâm có định giác chi, nội tâm không định giác chi. Định giác chi chưa sanh nay sanh khởi, định giác chi đã sanh nay được tu tập viên thành.

7- Nội tâm có xả giác chi, nội tâm không xả giác chi. Xả giác chi chưa sanh nay sanh khởi, xả giác chi đã sanh nay được tu tập viên thành.

2. Tứ Thánh Đế:

Tỳ-kheo như thật biết đây là khổ, đây là khổ tập, đây là khổ diệt, đây là khổ diệt đạo.

1- Thế nào là khổ:

Sanh, già, bệnh, chết, ân ái biệt ly, oán thù gặp gỡ, mong cầu không được, năm ấm xí thịnh (lẫy lừng).

2- Thế nào là khổ tập:

Tham ái đưa đến tái sanh. Cùng đi với hỷ, tham tìm cầu chỗ này chỗ kia. Thí dụ: dục ái, hữu ái và vô hữu ái.

Này các Tỳ-kheo! Tham ái sanh khởi ở đâu? An trụ ở đâu?

- Sắc gì thân ái, sắc gì khả ái, tham ái sanh khởi ở đấy, an trụ ở đấy.

- Mắt, tai, mũi, lưỡi, thân, ý; Sắc, thanh, hương, vị, xúc, pháp. Là sắc thân ái, là sắc khả ái. Tham ái sanh khởi ở đấy, an trụ ở đấy.

- Nhãn thức, nhĩ thức, tỷ thức, thiệt thức, thân thức, ý thức; Nhãn xúc, nhĩ xúc, tỷ xúc, thiệt xúc, thân xúc, ý xúc; Nhãn thọ, nhĩ thọ, tỷ thọ, thiệt thọ, thân thọ, ý thọ. Là sắc thân ái, là sắc khả ái. Tham ái sanh khởi ở đấy, an trụ ở đấy.

- Sắc tưởng, thanh tưởng, hương tưởng, vị tưởng, xúc tưởng, pháp tưởng; Sắc tư, thanh tư, hương tư, vị tư, xúc tư, pháp tư; Sắc ái, thanh ái, hương ái, vị ái, xúc ái, pháp ái; Sắc tầm, thanh tầm, hương tầm, vị tầm, xúc tầm, pháp tầm; Sắc tứ, thanh tứ, hương tứ, vị tứ, xúc tứ, pháp tứ. Là sắc thân ái, là sắc khả ái. Tham ái sanh khởi ở đấy, an trụ ở đấy.

- Thế nào là khổ diệt:

- Diệt tận tham ái, không luyến tiếc, sẽ hoàn toàn giải thoát. Xả ly tham ái ở đâu? Diệt trừ ở đâu?

- Ở đời sắc gì thân ái, sắc gì khả ái, tham ái xả ly ở đấy, diệt trừ ở đấy.

3- Thế nào là khổ diệt đạo:

- Bát chi chánh đạo:

  - Chánh tri kiến: Thấy biết về khổ, tập, diệt, đạo.

  - Chánh tư duy: Suy nghĩ về lìa dục, không sân, chẳng hại.

  - Chánh ngữ: Không nói dối, không hai lưỡi, không ác khẩu, không thêu dệt.

  - Chánh nghiệp: Không sát sanh, không trộm cắp, không tà dâm.

  - Chánh mạng: Không tự nuôi sống bằng những phương tiện trưởng dưỡng ba độc tham sân si.

- Chánh tinh tấn: Nỗ lực, không cho pháp ác sanh. Nếu ác đã sanh quyết trừ diệt. Thiện chưa sanh khiến sanh khởi. Thiện đã sanh khiến tăng trưởng.

- Chánh niệm: Tinh cần, tỉnh giác bốn niệm xứ.

- Chánh định:

  - Sơ thiền: Hỷ lạc do ly dục sanh nhờ tầm và tứ.

  - Nhị thiền: Diệt tầm và tứ, hỷ lạc do định sanh,

nội tỉnh nhất tâm.

- Tam thiền: Ly hỷ, chánh niệm tự giác, thân cảm lạc thọ.

- Tứ thiền: Xả lạc, xả khổ, xả niệm, một bề thanh tịnh.

Như vậy Tỳ-kheo sống quán pháp trên nội pháp, sống quán pháp trên ngoại pháp, sống quán pháp trên nội ngoại pháp. Sống quán tánh sanh khởi trên các pháp, sống quán tánh diệt tận trên các pháp, sống quán tánh sanh diệt trên các pháp. Y cứ những pháp hiện tiền, Tỳ-kheo sống an trụ chánh tri với hy vọng hướng đến chánh trí, chánh niệm. Tỳ-kheo sống không nương tựa, không chấp trước một vật gì ở đời.

* * *

Này các Tỳ-kheo! Tu tập bốn niệm xứ muộn thì bảy năm, trung bình từ một đến sáu năm, sớm thì bảy tháng, sẽ chứng chánh trí ngay trong hiện tại.

Đây là con đường thanh tịnh độc nhất, diệt khổ ưu, thành chánh trí, chứng Niết-bàn. Các Tỳ-kheo nghe pháp xong hoan hỷ tín thọ phụng hành.

* * *

ĐẠI Ý

Tứ: bốn; Niệm: nhớ không quên; Xứ: chỗ. Tứ Niệm Xứ: bốn chỗ hằng quán chiếu.

Chữ Phạn	Chữ Pali	Chữ Việt
Smrti	Sati	Niệm
Upasthana	Upatthana	Xứ
Smrtyupasthana	Satipatthana	Niệm Xứ

Tứ Niệm Xứ là cửa vào giác ngộ, đứng vị trí chính yếu trong Phật giáo. Thế hệ này sang thế hệ khác, Tứ Niệm Xứ được học hỏi, thực tập và truyền bá một cách đặc biệt và cẩn trọng.

I. NIỆM THÂN

Hành giả quán:

1- Hơi thở.

2- Tư thế của thân.

3- Động tác của thân.

4- Các bộ phận của thân.

5- Những yếu tố tạo nên thân.

6- Sự tàn hoại của thân.

II. NIỆM THỌ

1- Ba thọ: Khổ thọ, lạc thọ, si thọ.

- Khổ thọ: Khổ khổ.

- Lạc thọ: Hoại khổ.

- Si thọ: Hành khổ.

2- Cảm giác sanh trụ dị diệt (vô thường).

III. NIỆM TÂM

Thấy rõ tham sân si khởi diệt. Quảng đại hay hẹp hòi; an định hay động loạn; ràng buộc hay giải thoát. Mỗi mỗi trạng thái của tâm đều tự giác.

IV. NIỆM PHÁP

A-

- Năm triền cái: Ái dục, sân hận, trạo hối, thùy miên, do dự (không quyết định).

- Năm thủ uẩn: Sắc, thọ, tưởng, hành, thức.

- Mười tám giới: sáu căn, sáu trần, sáu thức.

B-

- Bảy giác chi: Niệm, trạch pháp, tinh tấn, hỷ, khinh an, định, xả.

- Bốn Thánh Đế: Khổ, Tập, Diệt, Đạo.

An vui và giải thoát là hai yếu tố, có thì cùng có, không thì cùng không. Hành thiền có thể đạt an lạc giải thoát ngay trong giờ phút thực tập. Bản chất của tham đắm, giận hờn, lo lắng, sợ hãi đều là vô minh.

Trước hết cần ý thức được chúng rồi quán chiếu thẩm xét chúng. Dần dần vô minh tan biến, trí quan sát và cảnh chiếu soi trở thành nhất như. Vì không phải ta là quan sát viên mà ta đang quan sát ta.

* * *

XUẤT XỨ

Thời xưa, miền Bắc Ấn Độ kinh luật được kết tập bằng tiếng Sanscrit (chữ Phạn).

Miền Nam Ấn Độ kinh luật được kết tập bằng chữ Pali. Kinh Tứ Niệm Xứ cả hai bản chữ Phạn và Pali đều được truyền bá sang Việt Nam.

Kinh chúng ta học thuộc bộ phái Thuyết Nhất Thiết Hữu Bộ (Sarvastivada), được dịch từ Phạn ra Hán văn vào cuối thế kỷ thứ 4. Vào khoảng năm 1960, Hòa-thượng Thanh Từ dịch sang Việt văn.

Trong tạng Sanscrit, kinh Niệm Xứ đứng số 98 trong Trung A Hàm, mang số 26 trong Đại Tạng Tân Tu. Bộ Tăng Nhất A Hàm số 12 cũng có kinh này nhưng để tên là kinh Nhất Nhập Đạo Phẩm. Hòa-thượng Nhất Hạnh dịch sang tiếng Việt, tên là kinh Con Đường Vào Đạo Duy Nhất.

Kinh Niệm Xứ đứng số 10 của Trung Bộ và số 22 của Trường Bộ trong tạng Pali.

Tạng Pali thuộc bộ phái Théravada, một bộ phái đã duy trì đầy đủ tam tạng, nhờ địa bàn hành đạo tương đối an ổn ở Tích Lan. Kinh Niệm Xứ tiếng Pali đã được Hòa-thượng Minh Châu Việt dịch khoảng năm 1970.

* * *

CHUẨN BỊ TU TẬP

(Trích trong Đường Về Niết Bàn)

1- Tìm Thầy đủ khả năng.

2- Tứ chánh cần. Hằng quan sát lỗi lầm của ngũ dục (sắc thanh hương vị xúc) và ngũ cái (tham, sân, thùy miên, trạo hối, nghi ngờ).

3- Dứt lo nghĩ. Bớt ba việc: ăn, nói, ngủ. Tránh bận rộn. Chỗ ở nhàn tịnh. Đủ vệ sinh.

4- Giới luật nghiêm trì, sáu căn nghiêm hộ.

5- Giữ trung đạo: Không buông lung cũng không quá khắt khe. Ngồi kiết già, bán già hay trên ghế miễn là được thoải mái. Nhưng phải nhớ: Quá thoải mái dễ buồn ngủ.

6- Đức tin và lý trí, tinh tấn và an định. Hai cặp này phải quân bình như người đánh xe phải giữ cho hai ngựa chạy song song.

7- Trong thời khóa, tâm miên mật liên tục đã đành mà ngoài thời khóa vẫn cố gắng luôn luôn minh sát, cử động khoan thai.

* * *

MỖI KHÓA TU

1- Tán lễ Tam-bảo. Lễ Thiền sư thỉnh pháp.

2- Nguyện cầu cha mẹ Thầy bạn cùng tất cả chúng sanh thoát mọi khổ đau, được an vui mãi mãi.

3- Niệm vô thường: Diễm phúc được thân người, gặp Phật Pháp, đều là những nhân duyên khó gặp mà dễ qua.

4- Tứ Niệm Xứ là đường đi chung của tất cả Thánh Hiền. Nguyện con sẽ noi theo cho tới ngày đạt quả vị.

* * *

LỜI KHUYÊN

(Thiền sư Mahasi trong cuốn Thực Tập Thiền Quán)

Thấy đau hay khó chịu, đã ghi nhận mà cơn đau cứ gia tăng, xin chớ hoảng hốt lo sợ.

Hãy trở về chú tâm vào hơi thở. Bạn có cảm giác khó thở nghèn nghẹn. Có khi như bị kim chích hoặc bị nhột nhột như có trùng bò trong mình. Có khi bị đau như con gì cắn. Có khi người rét run. Ngưng thiền thì hết, tiếp tục lại xuất hiện. Đây không phải bệnh hoạn hay ma quái. Bình thường ta mải bận rộn nên không để ý. Nay tâm an định sáng suốt mới cảm thấy. Nếu nghỉ thiền thì khi tu trở lại, bạn sẽ tiếp tục phải đối đầu với những cảm giác này. Còn nếu kiên trì thiền định, bạn sẽ vượt qua. Nhiều khi thấy thân lắc lư hoặc lay chuyển run rẩy, đừng sợ hãi cũng đừng thích thú, cứ chú tâm ghi nhận cho đến khi hết. Nếu mãi không hết thì nên nằm nghỉ nhưng vẫn tiếp tục hành thiền. Có kiên nhẫn mới có thành công. Thiền định tiến triển, đôi khi rờn rợn run lên hoặc ớn lạnh ở xương sống hay toàn thân. Đó là trạng thái phỉ lạc báo hiệu một thành quả tốt đẹp.

Theo truyền thống xưa, các Thiền sư thường khuyên hành giả đặt lòng tin vào đức Phật, đừng hốt hoảng khi những hình ảnh không lành hoặc ghê rợn xuất hiện. Mới tu hãy ngồi 15 hoặc 30 phút. Dần dần lâu hơn tùy theo khả năng. Nên tạo thói quen mỗi ngày đều có hành thiền.

* * *

BÀI TẬP

I. QUÁN THÂN

Thở có ý thức. Thở vào biết thở vào, thở ra biết thở ra. Cứ 10 hơi không loạn là một bước đáng kể. Hiệu quả là trở về với mình. Vọng tưởng nổi lên, là ta đã bị cách biệt. Tập mãi quyết thành công.

Thở vào dài biết thở vào dài. Thở ra dài biết thở ra dài.

Thở vào ngắn biết thở vào ngắn. Thở ra ngắn biết thở ra ngắn.

Tâm đồng nhất với suốt chiều dài của hơi thở, đừng để một tạp niệm xen vào, gọi là tùy tức. Hơi thở đều đặn, êm dịu, nhẹ nhàng, thân tâm thư thái an vui.

Cảm giác toàn thân ta thở vào. Cảm giác toàn thân ta thở ra.

Hằng ngày chúng ta sống thân một nơi tâm một nẻo, nay thân tâm hợp nhất. Thân ngồi vững chãi, các bắp thịt khoan thư, hơi thở điều hòa thì thần kinh an định, tâm sẽ an ổn.

An định toàn thân ta thở vào. An định toàn thân ta thở ra.

Dùng hơi thở điều hòa nhịp tim, do đây thần kinh an dịu, giúp toàn thân an ổn vận hành. Hơi thở êm nhẹ, không có tiếng động, là triệu chứng sức khỏe tốt. Hơi thở càng vi tế, thân tâm càng an tịnh. Thở vào, cơ thể khoan khoái. Thở ra, đem đi những nhọc mệt ưu sầu. Đóng hết sáu cánh cửa giác quan, trở về với hơi thở, ta trở về với ta. Cảm thọ an lạc có tác dụng nuôi dưỡng.

Tỳ-kheo đi đứng nằm ngồi, thân thể được sử dụng như thế nào đều biết rõ. Tỳ-kheo bước tới bước lui, đắp y, mang bát, rửa chén, đều ý thức từng động tác của thân. Thí dụ: Lúc đi, phải chú tâm vào sự chuyển động của chân. Tâm cần ghi nhận "nhấc". Rồi bàn chân mới nhấc lên khỏi mặt đất. Tâm ghi nhận "bước". Bàn chân mới đưa ra. Tâm ghi nhận "đặt". Bàn chân mới đặt xuống. Bên phải bên trái đều thế. Đến cuối đoạn đường, tâm ghi nhận "muốn quay" rồi thân mới quay.

Bữa ăn, tâm ghi "múc". Tay mới múc canh. Tâm ghi "đưa". Tay đưa thức ăn lên miệng. Tâm ghi "chạm" khi đưa thức ăn tới môi. Tâm ghi "vào", thức ăn vào miệng. Tâm ghi "ngậm", miệng ngậm lại. Nhai, nuốt, đặt tay xuống v.v... mỗi mỗi tâm làm chủ. Thân chỉ được cử động theo sự sáng suốt biết rõ của tâm, không được tự bừa bãi theo thói quen. Bắt tâm tập tỉnh sáng trong niệm hiện tại, không được lông bông vọng tưởng những chuyện quá khứ vị lai. Tâm ghi các cử động, được nhiều hay ít, tùy trình độ sáng suốt của mỗi người, cũng tùy hoàn cảnh được thong thả hay cần vội vàng. Chỉ quan trọng ở chỗ ta có chú tâm tỉnh thức hay không. Các bài tập trên luyện tâm an định nơi hơi thở không chạy theo 6 trần. Pháp môn này gọi là Samatha (Chỉ). Nay tập quan sát thân tâm. Pháp môn này gọi là Vipassana (Quán). Thiền Vô Tưởng có khả năng đưa lên cõi trời Vô-sắc. Nhưng không thể phát sanh Tuệ-giác. Nên không nói định sanh tuệ mà phải nói chánh định sanh tuệ. Chánh định là thứ định dùng cả hai pháp Chỉ và Quán.

Thiền minh sát vừa dùng hơi thở để an định, vừa dùng trí quán để thấy thân tâm vô thường vô ngã. Do đây loại trừ ba độc tham sân si là thứ ách nặng, chúng ta vẫn đeo từ lịch kiếp. Hoa báo hiện tại của Tuệ Minh Sát là hành giả trở nên khoan thai đỉnh đạc, chánh niệm trong tất cả động tác và ngôn ngữ.

- Tóc, lông, móng, răng, da.

- Thịt, gân, xương, tủy, thận.

- Tim, gan, bầy nhầy, bao tử, lá lách, phổi.

- Ruột già, ruột non, phân, óc, mật.

- Đờm, mủ, máu, mồ hôi, mỡ đặc, mỡ lỏng.

- Nước mắt, mước mũi, nước miếng, nước nhớp, nước tiểu.

Trước hết học thuộc lòng xuôi và ngược từng đoạn. Sau thuộc lòng xuôi và ngược cả 32 thể. Cứ đọc mãi cho tới khi nhập định vào một thể. Nếu không an định được thì phải quan sát từng bộ phận trong các khía cạnh: hình tướng, màu sắc, vị trí, bệnh hoạn, nhơ bẩn, để biết chán pháp hư vọng. Quán 32 thể trược cũng như hai bài tập sau không phối hợp với hơi thở.

Quan sát trong thân những thứ kiên ngưng thuộc về đất, những thứ lưu nhuận thuộc về nước, những thứ có nhiệt lực thuộc về lửa, những động tác thuộc về gió, những không gian thuộc về hư không, những phân biệt thuộc về tâm thức. Quan sát tính cách tương quan tương duyên giữa ta và vạn vật. Mặt trời nằm ngoài cơ thể này nhưng nếu không có mặt trời, thân này đâu có sống được. Sự sống của ta không phải chỉ có mặt ở trong cơ thể. Thân kiến cho thân thể này là Ta, là của Ta, Ta chỉ ở trong thân thể này, là cái nhìn sai lầm.

Quan sát tính cách vô thường và chắc chắn phải tan hoại của cơ thể:

1- Xác chết sình nát.

2- Chó và kên kên rúc rỉa.

3- Bộ xương dính thịt.

4- Hết thịt chỉ còn máu.

5- Hết thịt hết máu.

6- Xương long rụng.

7- Xương chuyển màu.

8- Xương mục.

9- Mớ bụi.

Can đảm nhìn vào sự thật sẽ hết bi quan mà biết quý đời sống, làm thế nào để khỏi phí uổng kiếp người khó được. Pháp quán bất tịnh này trừ ngã ái và theo đó các bệnh tham sân si cùng hết. Người tu vì chánh kiến nên giải thoát, vì khinh an nên vui vẻ.

Ôn lại tám bài trên với dụng ý thấy tánh sanh diệt

(vô thường) và duyên sanh (vô ngã) của vạn pháp. Sự giác tỉnh này giải thoát hết tham ưu. Con người đau khổ không phải tại thế gian vô thường vô ngã mà chỉ tại mờ ám sự thật đó nên cứ tự nẩy sanh phiền não. Cũng như năm uẩn tự không lỗi, gốc của đọa lạc là ở chỗ chấp thủ (ngũ thủ uẩn).

Người có Tứ Niệm Xứ không vướng bận vào bất cứ một cái gì nên thảnh thơi an vui, không vất vả đuổi theo sự vật cũng không trốn chạy. Vì hằng dùng tư tưởng để đối diện với già bệnh chết, quen thuộc với già bệnh chết nên không sợ hãi. Quán chiếu vạn vật không phải để từ khước vạn vật mà để tiếp xúc với vạn vật bằng Tuệ-giác.

Tứ Niệm Xứ không vật lộn với tham sân si. Tứ Niệm Xứ khai mở Tuệ-giác. Như thắp đèn để tối tự biến thành sáng chớ không phải mất công đuổi tối đi đâu.

* * *

II. QUÁN THỌ

(Thở vào) biết khổ thọ đã sanh. (Thở ra) biết khổ thọ đang trụ. (Thở vào) biết lạc thọ đã sanh. (Thở ra) biết lạc thọ đang trụ.

Tập nhận diện những cảm giác: khổ (khổ thọ), vui (lạc thọ), không khổ không vui (si thọ). Mỗi khi có khổ thọ không xua đuổi, không xa lánh, bình tĩnh vừa theo dõi hơi thở vừa ghi nhận khổ phát sanh, khổ gia tăng, khổ dịu bớt, khổ diệt tận.

Mỗi khi có lạc thọ hay si thọ, cũng thực tập quán

chiếu như thế, không tham đắm, không lồng mình vào, không nhận là ta vui mà thấy rõ đây là một cảm giác duyên sanh (nhân là ngã ái, duyên là ngoại cảnh).

Không tham đắm cũng không ruồng bỏ gọi là xả. Xả là một trong bốn vô lượng tâm (Từ, Bi, Hỷ, Xả).

Dòng sông là những giọt nước đang xê dịch. Thân thể ta là một dòng sông. Vô biên tế bào đang chuyển biến. Tâm ta cũng là một dòng sông. Các cảm thọ sanh diệt, diệt sanh không ngừng, theo sự hoạt động của sáu giác quan. Cảm thọ vui đưa đến ham luyến. Cảm thọ khổ đưa đến chán bỏ. Mỗi cảm thọ đều kích thích tham hoặc sân nổi dậy. Nay chánh niệm thì tình trạng bắt đầu thay đổi. Cảm thọ diễn biến dưới ánh sáng của ý thức. Chánh niệm không nhận nó là ta nữa, không nói tôi ưa thứ này, tôi chịu thứ kia, tôi vui, tôi khổ. Hiệu năng đầu tiên là khôi phục lại chủ quyền, do đây cảm thọ đã mất 80% ma lực. Hiệu năng thứ hai, thấy được nguồn gốc của nó là vô minh. Do chấp ngã chấp pháp mà có cảm thọ. Hiệu năng thứ ba, biết tự tánh nó hư vọng, không có bản chất, chỉ là những cảm giác sanh và diệt theo nhân duyên. Thí dụ: Cả ngày gắt gỏng cau có, nguyên nhân vì thức khuya thiếu ngủ. Đây là cảm thọ khổ gốc từ sinh lý. Có khi vì hiểu lầm một người bạn, ta cũng bực tức. Đây là cảm thọ khổ gốc rễ tâm lý. Có khi thấy trong nhà lộn xộn rác bẩn, ta cũng phát cáu. Đây là cảm thọ khổ vì vật lý. Được khen ta vui, quán chiếu, khám phá ra căn bản thọ vui là từ ngã ái. Lạc thọ này đưa vào ảo tưởng. Có tỉnh ra mới tránh được những tự hào tự mãn vô ích. Lạc thọ ảo hóa tan biến nhường chỗ cho cái vui lành mạnh có tác dụng nuôi dưỡng giác ngộ.

Cảm thọ rõ ràng bất định. Khổ vui tùy theo bản chất mỗi người. Đối với A làm việc là một cực hình. Nhưng với B ngồi không lại thật khó chịu. Bị nghẹt mũi mới biết thở là một hạnh phúc không chi hơn. Hàng vạn yếu tố của hạnh phúc như thế chẳng được để ý. Chúng ta cứ vô tình dẫm đạp trên hạnh phúc để đi tìm hạnh phúc. Đến khi mất rồi lại khổ vì hối tiếc.

Phật dạy ta dùng hơi thở quán chiếu sự có mặt của khổ vui rồi từ từ điều phục. Hơi thở nhẹ nhàng an tịnh dần dần. Thân tâm nhẹ nhàng an tịnh dần dần. Cứ như thế chúng ta an tịnh hóa cả ba thọ. Chánh kiến thấy rõ nguồn gốc, bản chất và hậu quả của những cảm thọ khổ vui, nên giải thoát được sự thống chế của nó.

* * *

III. QUÁN TÂM

Tâm sở có nhiều, kinh văn chỉ đề cập đến 22 thứ. Phương pháp quán tâm cũng như quán thọ. Biết nguồn gốc, bản chất và hậu quả các tâm sở, liền được giải thoát.

3.1. Quán chiếu về tham dục

Tham đắm sắc thanh hương vị xúc, gọi là ngũ dục. Tham tiền bạc, sắc đẹp, danh giá, ăn ngon, ngủ nhiều gọi là ngũ dục thô phàm. Bệnh tham khó chữa vì nó ngọt lịm và hấp dẫn. Phật dạy tham dục là một hố than hồng, người bệnh tưởng lầm là ấm áp sung sướng. Kinh dạy: Lúc không có mặt của tham dục, hành giả cũng ghi rõ.

(Thở vào) hiện tại tâm không tham. (Thở ra) hiện tại tâm không tham.

Tìm nguồn gốc sự vắng mặt này. Ghi sự thảnh thơi đi đôi với sự vắng mặt này.

3.2. . Quán chiếu về sân giận

Ích lợi thứ nhất là kinh nghiệm có sân mất bình an. Sân giận quá nặng đi đến căm thù là chất liệu của địa ngục hiện tại và vị lai. Nguy hiểm của sân là kích thích thân miệng ý đi về đường ác. Một khi nhận diện được sân thì tâm sở này đỡ ngay tính cách tác hại.

(Thở vào) biết sân giận đã sanh. (Thở ra) biết sân giận đang trụ. (Thở vào) biết sân giận đã dịu. (Thở ra) biết sân giận đã diệt.

Chánh niệm khôi phục tự quyền. Sân giận lặng đi, sự mát mẻ khoan khoái hiện ra gọi là vô sân. Vô sân phát triển thành từ bi. Trong năm ấm, sân giận làm bực bội khó chịu là thọ ấm, dấy lên các suy nghĩ là tưởng ấm, chuyển biến tâm địa là hành ấm, bản chất chủng tử và hiện hành là thức ấm, các tướng mạo hiện ra là sắc ấm.

* * *

Hành thiền chuyển phiền não thành Bồ-đề. Thế gian chán rác bẩn thích hoa hồng.

Người làm vườn biết từ phân rác ra hoa hồng và từ hoa hồng thành phân rác nên dùng cả hai. Phật Tổ phát nguyện: Chúng sanh vô biên thề nguyện độ vì pháp nhãn thấy rõ Thánh phàm không hai.

Chánh niệm như ngọn đèn soi tỏ những nguyên nhân gần xa của sân giận (hiểu lầm, tự ái, nghi ngờ, bộ thần kinh dễ bị kích thích, không thông cảm, hoàn cảnh giáo dục, tập quán, tâm lý v.v...). Những gốc rễ này có mặt ở cả ta và người, làm tăng thượng duyên cho vô minh.

Thấy và Hiểu là nền móng giải thoát giận hờn, đem cam lồ từ bi về xây dựng và hàn gắn những gì sân giận đã làm đổ vỡ.

Có người khôn ngoan, mỗi khi sân giận vào phòng ngồi yên một mình để tránh những hậu quả tai hại của thân miệng bất an. Dĩ nhiên như thế sân giận sẽ dịu dần. Nhưng không được bộc lộ ra ngoài, gốc rễ càng ăn sâu vào tiềm thức, chờ đợi đủ duyên lại bùng ra.

Người tu Tứ Niệm Xứ dùng hơi thở trở về chánh niệm, không bận lòng đến đối phương. Hành động xấu xa, lời nói độc ác vừa xuất hiện đã tan. Ta để nó tan theo bản chất vô thường của nó. Vì cứ vơ lấy nghĩ ngợi nên mới tự đốt nhà mình.

An tịnh tâm hành tôi thở vào. An tịnh tâm hành tôi thở ra.

Tỉnh ra rồi, biết kẻ làm hại mình chính là cái sân giận ảo tưởng. Mát mẻ trở lại, ta có thể truyền sự mát mẻ này cho người kia mà cùng nhau hòa giải. Phật Tổ xưa kia bị chặt cả tay chân mà không sân giận vì nhẫn nhục có trí tuệ đi đôi. Biết âm thanh, sắc tướng đều hư vọng. Thân ta thân người chỉ là đất nước gió lửa giả hiện nên chẳng có nhục nào mà phải nhẫn.

3.3. Từ bi quán

Để đối trị sân giận. Từ là bá thí an vui, tha thứ lỗi lầm cho kẻ khác. Bi là cứu khổ. Bản chất của Từ là khoan dung, mong mỏi sự tốt đẹp cho mọi người. Bản chất của Bi là trí tuệ thấu được sự khổ đau của người khác mà phát tâm cứu vớt.

Quan sát tám khổ[13], quan sát những nỗi khổ vật chất và tinh thần, sẽ khơi chảy được nguồn suối từ bi.

Từ bi quán không phải chỉ có tác dụng lợi tha. Đem an vui cho người, chính mình được tiêu tai giải nạn. Bất cứ một hành động hay một lời nói phát xuất từ tâm từ bi, muốn tháo gỡ sự đau khổ cho người hay vật, đều đem an vui hiện tại và vị lai cho mình. Kinh chép: Một thìa cháo với tâm từ bi cho người bệnh, công đức nhiều hơn nước biển đại tây dương.

Ta có thể rải tâm từ bi đi bốn phương cho tất cả chúng sanh. Luồng điện từ bi có khả năng đi xa cũng như âm thanh và ánh sáng.

Có chất liệu từ bi trong tâm thì một lời nói, một nét mặt, một cái nhìn, đều có phép lạ khiến những trái tim khô héo khôi phục lại lòng tin mà vui sống.

* * *

---

13 Tám khổ: Sinh khổ, Lão khổ, Bệnh khổ, Tử khổ, Ái biệt ly khổ, Cầu bất đắc khổ, Oán tăng hội khổ, Ngũ ấm xí thạnh khổ.

IV. QUÁN PHÁP

A -

1- Ngũ cái: năm tâm sở nặng nề úp chụp tinh thần như một màn đen bọc kín ngọn đèn.

Ngũ cái là: ái dục, sân giận, hôn trầm, trạo hối và nghi ngờ chánh pháp. Tỳ-kheo soi tâm, khi có một trong ngũ cái phát khởi, liền tìm phương pháp trừ diệt không cho tái sanh.Ngũ ấm: Tỳ-kheo chiếu soi và nhận diện: Đây là sắc, đây là thọ, đây là tưởng, đây là hành, đây là thức. Để mặc cho năm công dụng của tâm hiện hành rồi tự tan biến, như những người khách trọ đến rồi đi. Tập tách ra, nhìn chúng sanh rồi diệt, không có ta trong đó.

2- Quán 18 giới: sáu căn đối sáu trần sanh sáu thức. Nội kết sanh trụ dị diệt mỗi mỗi đều biết. Không bị kích thích, không bị đánh lừa. Phân tách từng căn, trần, thức để thấy rõ nghĩa duyên sanh. Dù tinh thần dù vật chất, không một pháp nào chẳng căn cứ trên các pháp khác và tùy thuộc vào các pháp khác nên pháp nào cũng không tự tánh (vô ngã).

* Kết sử: Kết cùng nghĩa với chữ Tập và chữ Nghiệp. Kết là thắt trói. Sử là sai khiến.

- Ngũ độn sử: năm kết sử trầm trọng khó bỏ: Tham, sân, si, mạn, nghi.

- Ngũ lợi sử: năm kết sử sai khiến rất nhanh nhưng dễ tỉnh: Thân kiến, biên kiến, tà kiến, kiến thủ và giới cấm thủ.

Bởi vì căn trần không lỗi nên quán pháp nơi pháp ở đây riêng ý thức về sự phát sanh, tồn tại và chuyển hóa của những nội kết. Đời sống tập thể của Tăng Ni rất thuận tiện để khơi các tiềm ẩn trong tâm thức. Có thấy được giặc, biết giặc ở đâu, mới trừ được giặc. Các kết sử tùy miên này đã bị lương tâm chúng ta dồn ép, đẩy xuống tận đáy lòng, nhưng chúng vẫn tiết chất độc vào trong ngôn ngữ và suy nghĩ hàng ngày của chúng ta. Chỉ có hành thiền, chánh niệm quán chiếu mới thấy được vết tích của chúng. Nên Tứ Phần Luật Lược Ghi có câu: "Dù rằng tánh giới giá giới không trái phạm cũng chỉ điều ngự được những thô ác của thân và miệng. Còn phiền não vi tế là còn ở Dục giới. Bao giờ đã chói sạch Thi-la, lại biết lập chí ở thiền môn, theo thứ lớp bốn thiền, bốn đại thanh tịnh cõi Sắc tự hiện trong thân, mới gọi là lành (thiện)".

* Đối trị mặc cảm và sợ hãi: Hối hận thuộc về bất định, có khi lợi ích có khi chướng ngại. Nhận được chỗ sai của mình, quyết tâm chừa bỏ. Xong rồi thôi, một dạ từ nay đi đường lành. Nếu mặc cảm tội lỗi cứ theo ám ảnh ray rứt thì làm sao bình an tiến tu.

Sợ hãi cũng là một nội kết quan trọng, chất liệu là vô minh. Các bậc có kinh nghiệm trong sự tu hành, đều quả quyết sợ hãi đi đôi với chấp ngã. Quán bất tịnh là thuốc thí vô úy hiệu nghiệm 100%.

B -

1- Bảy giác chi: Chánh niệm, trạch pháp, tinh tấn, vui mừng, khinh an, định tâm, hành xả. Tỷ-kheo quán chiếu trong tâm, chưa có bảy yếu tố trợ đạo này thì phải tập cho phát sanh. Đã có thì phải duy trì và biết sử dụng.

2- Tứ Đế: Khổ, Tập, Diệt, Đạo. Trau dồi bốn trí tuệ này cho đến khi thành tựu quyết định.

* * *

KẾT KHUYÊN

Trong Trung A Hàm, Phật dạy La Hầu La hành thiền bảy đề mục, khi cậu bé được 18 tuổi:

- Niệm tâm Từ để diệt trừ ác ý.

- Niệm tâm Bi để diệt trừ tàn nhẫn.

- Niệm tâm Hỷ để diệt trừ phiền hận.

- Niệm tâm Xả để diệt trừ thù oán.

- Quán bất tịnh để tiêu ba độc tham sân si.

- Quán vô thường để giải thoát ngã mạn tự ái.

- Quán hơi thở để điều hòa cả thân và tâm.

Đức Phật dạy: "Người giác tỉnh đêm ngày thận trọng trọn vẹn hướng tâm về đạo pháp. Này các Tỳ-kheo! Bất luận trường hợp nào, đang làm gì, chánh niệm vẫn là thiết yếu".

Tuy nghe giảng, học kinh là điều cần chánh nhưng quan trọng vẫn nằm trong thật hành... Tự quán, tự chiếu, tự phát minh chớ đừng nhắm mắt a dua. Không khai thác, trí tuệ không thể phát sáng. Không thật thấy thật hiểu, không có giải thoát. Ngài Hương Nghiêm bạch Tổ Quy Sơn một câu hỏi. Tổ đáp: "Nếu tôi nói thì sau này ông sẽ trách tôi". Hương Nghiêm phiền lắm, bỏ chùa đi nơi khác. 30 năm nghiềm ngẫm một câu ấy. Một hôm cuốc đất, văng một hòn sỏi vào cây tre, phát ra tiếng "cạch". Ngài chợt đại ngộ, vội đi tắm rửa, y phục chỉnh tề, thắp ba nén nhang hướng về núi Quy Sơn, đảnh lễ cúng dường, tạ cái ơn đã không chịu nói. Điều này có nghĩa là giác ngộ từ thực hành bên trong, không phải lời nói.

Từ ngàn xưa, các bậc Thầy Tổ đã thành công chứng quả đều do kiên tâm tự lực hành thiền từng giây phút không ngơi nghỉ, năm này sang năm khác không mỏi nhọc, không chán nản. Kinh Tứ Niệm Xứ bao gồm nhiều pháp môn. Sơ tâm nên vâng lời Phật, tập học tất cả. Các pháp quán để khai tuệ. Điều hòa hơi thở để an định. Có ba loại hơi thở không điều hòa:

a- Phong: Thở ra vào có tiếng.

b- Suyễn: Kết trệ không thông.

c- Khí: Không nhẹ nhàng. Hơi thở êm dịu gọi là Tức mới dễ an định. Phong thì tán động. Suyễn thì kết trệ. Khí thì lao nhọc. Dụng tâm với ba loại này chẳng những vô ích mà còn thương tổn.

Cách chữa:

1- Buông tất cả duyên tưởng, nhất tâm an định tinh thần.

2- Thư giãn thân thể, ra vào tự nhiên không câu thúc.

3- Tưởng khắp thân cùng thở, hơi ra vào theo các lỗ chân lông thông suốt. Đủ ba điều này từ thô vào tế, tự nhiên tâm định, thân an.

Định tuệ là hai bánh của chiếc xe, là hai cánh của con chim. Thiền định không trí tuệ là si phước. Riêng học tuệ không có định thành cuồng. Cái tệ hại của xe một bánh, chim một cánh, thật là thương tâm. Nhưng luận rộng nói sâu thì dễ còn muốn thật rõ chỗ vi diệu phải hạ thủ công phu. Bao giờ sự tu hành đã đắc lực, hành giả muốn nhập định thì tùy ý chọn một môn mà tinh tấn tiến vào. Hóa Thành chính là đường đến Bảo Sở. Cổ đức dạy: "Lầu cao muôn trượng phải từ đất mà lên". Lời nói này rất thành thật.

Tâm là danh từ chung chỉ cho phần tinh thần của con người. Thức là chức năng phân biệt của tâm. Ý là chức năng tạo nghiệp của tâm. Vì ý khơi động lời nói và việc làm. Nếu tác ý là tham sân si thì nghiệp báo sẽ đau khổ. Muốn an vui thì vai trò chủ đạo của ý phải sinh hoạt trong sạch.

- Ý dẫn đầu các pháp.   Ý dẫn đầu các pháp.

Ý làm chủ, ý tạo.   Ý làm chủ, ý tạo.

Nếu với ý ô nhiễm,   Nếu với ý thanh tịnh,

Ta nói hay hành động,   Ta nói hay hành động,

Khổ não sẽ theo ta   An vui sẽ theo ta

Như bánh xe lăn theo   Như bóng chẳng rời hình.

Bước chân của con bò.

(Kinh Pháp Cú, kệ số 1-2)

Đức Phật khuyên chúng ta hướng nội, chủ yếu để thường xuyên thanh lọc tâm ý. Do đây lời nói việc làm, ứng sự tự nhiên trong sáng thuần thiện.

Như thế hướng nội là để hướng ngoại một cách tốt

đẹp, thuần đạo đức, khiến cho ta người hiện tại và vị lai mãi mãi an vui.

* * *

CÀNH LÁ VÔ ƯU

(Viết phỏng theo)

Biển cả bao la bủa sóng trắng xóa. Gió là duyên khiến nước dậy sóng. Gió càng mạnh, sóng càng to, đuổi nhau ầm ầm sanh diệt. Chân tâm chúng ta như biển cả. Vọng tưởng khởi dậy như muôn ngàn lượn sóng ào ạt liên miên. Chúng ta quên tâm thể bao la, nhận vọng tưởng làm tâm tánh.

Ngài Anan nghe Đức Phật tuyên bố: "Tâm suy nghĩ không phải tâm ông", liền rất lo sợ: "Vậy thì chúng con là gỗ đá, không có tâm". Tới khi được Phật chỉ dạy: "kiến tinh là chân tánh", ông mới tỉnh ngộ, lễ tạ cái ơn: "Tiêu ngã ức kiếp điên đảo tưởng".

Chấp nhận vọng tưởng làm tâm khác gì chấp sóng cho là biển cả. Chân thể thanh tịnh là Niết- bàn hạnh phúc, là yên ổn thái bình, là vô sanh giải thoát. Sóng gió sanh diệt là trầm luân sanh tử, là trần lao phiền não. Chúng sanh sống với vọng tưởng nên khổ nạn triền miên. Chư Phật, Bồ-tát trở về chân tánh nên gương mặt bao giờ cũng khoan thư tươi tỉnh.

Nghiệp báo trói buộc con người trong vạn nẻo luân hồi, tưởng như không có cách nào thoát khỏi. Nào ngờ ngọn đèn giác ngộ vừa bừng sáng, chúng liền tan biến không còn tung tích.

Cả ngày nghĩ thế này, tưởng thế kia, nhận suy tư nghĩ tưởng làm tâm tánh, lồng mình vào nó nên nó ra oai tác quái, lăng xăng lộn xộn, bủa vây kín mít tinh thần. Người đời dùng thuốc an thần cho đỡ khổ. Tổ Đạt Ma bảo: "Đem tâm ra đây ta an cho". Ngài Huệ Khả quay về tìm tâm không thấy, mới biết phiền não bản lai không, nào có ai trói buộc mình?

Gió dụ pháp trần. Gió làm mặt biển dậy sóng. Pháp trần khiến ý thức khởi vọng tưởng. Pháp trần là cái gì? Tâm thể chúng ta có bốn đặc tánh: MINH, KÝ, ỨC, TRÌ. Mắt thấy sắc, tai nghe thanh, mũi ngửi hương, lưỡi nếm vị, thân giác xúc. Năm căn biết năm trần là MINH. Tạng thức lặng lẽ ghi đủ là KÝ. Giữ gìn mãi bóng ảnh đã ghi (TRÌ). Mỗi khi cần lại nhớ ra (ỨC). Những cái bóng này là pháp trần. Do đây chúng ta nhớ được những chuyện từ hồi nhỏ. Những kinh nghiệm quá khứ không mất. Các bậc tu hành được Túc Mạng Minh nhớ những chuyện quá khứ trải bao nhiêu kiếp. Bóng dáng năm trần lưu giữ trong tàng thức (pháp trần), mỗi khi dấy hiện, ý thức liền bám chặt để phân biệt tính toán như là cảnh hiện hữu, thành những vọng tưởng che mờ tuệ giác.

Tứ Niệm Xứ là kiện tướng để hàng phục những vọng tưởng.

Con người lịch kiếp quay cuồng chỉ vì bốn đảo:

1- Thân bất tịnh mà cứ quý chuộng mê say cho là nơi nương tựa.

2- Thọ thị khổ mà cứ khao khát, những mong càng được nhiều càng hay.

3-   Tâm vô thường vọng tưởng mà cứ tin chắc là một phiến thủy chung sáng suốt.

4-   Pháp không thật mà cứ cho nội sáu căn, ngoại sáu trần, chặng giữa sáu thức là thật.

Quán chiếu thuần thục mới không nô lệ sáu trần, khôi phục lại quyền tự do độc lập.

Những cảm thọ khổ vui vốn không tự có, chỉ nầy sanh mỗi khi căn trần tiếp xúc. Đã đợi duyên mới có thì không tự thể. Con người tự phụ thông minh hơn muôn vật mà vẫn như muôn vật, cả đời bị những ảo hóa này đánh lừa. Giành giật nhau để thọ hưởng, sát phạt nhau để tranh hơn, trù rủa, xâu xé, hằn thù... chung quy cũng chỉ vì hai cặp khổ vui, yêu ghét (thọ và tưởng).

Chúng ta kêu khổ. Phật gọi là KHỔ KHỔ, vì thân sanh già bệnh chết đã khổ còn thọ thêm cảnh khổ bên ngoài.

Chúng ta vui, Phật gọi là HOẠI KHỔ vì vạn pháp tánh chất vô thường. Quá khứ đã qua, hiện tại đang mất. Thấy vui chỉ là do còn pháp trần lạc tạ ảnh tử.

Chúng ta thọ không khổ không vui, Phật bảo là HÀNH KHỔ. Bởi vì si mê cho căn trần là thật, chấp ngã chấp pháp càng huân càng dầy, thì quyết định chỉ đi đến tam đồ khổ báo.

Tu Tứ Niệm Xứ, hằng ngày quán chiếu thân, tâm, cảnh đều giả nên an định tinh thần. Trái lại thì dù xuất gia vẫn sâu kết phiền não, gồng gánh trọn đời. Lễ bái, cầu khẩn, chư Phật Bồ-tát Thánh Hiền rất thương xót, nhưng không thể giúp. Tự mình phải có trí tuệ, cái thấy chân chánh, tầm nhìn đúng với chân lý mới có thể giải thoát vô minh. Ngoài ánh sáng, không một thần lực nào phá được bóng tối.

Nhà Phật thường có câu: "Tám thứ gió thổi không động" để khen những người tu đã đắc lực. Tám gió là: Tài lợi, suy hao, hủy nhục, đề cao, khen ngợi, chê hiềm, buồn khổ, mừng vui.

Giải thoát là đập tan xiềng xích sanh tử. Trí tuệ là soi tan vô minh, gốc của luân hồi.

Kinh 42 Chương: Một buổi sáng Phật đi khất thực. Một Bà-la-môn vì có bao nhiêu đệ tử đã theo Phật cả nên giận tức, lớn tiếng chửi rủa Phật. Phật vẫn im lặng, bình tĩnh, thong thả đi vào thôn. Bà-la-môn giận quá hỏi:

- Cù Đàm có điếc không?

- Không.

- Sao không trả lời?

Đức Phật dịu dàng hỏi lại: Giả sử ông đem quà tặng một người kia mà họ không nhận thì quà đó thuộc về ai?

- Thì tôi đem về chớ sao!

- Cũng thế, ta không nhận thì lời ông đâu có dính dáng đến ta.

Kẻ hơn mua oán.

Thua ngủ không yên.

Hơn thua đều xả.

Tự tại bình an.

Đây là gương hành động, chúng ta phải nhớ mãi để làm kim chỉ nam. Quán lời ác là công đức.

Người nói trở thành thiện tri thức. Không do khen

chê khởi oán thân, mới là vô sanh từ nhẫn lực.

Ngài Huệ Tịch bạch Thiền sư Trung Ấp: Thế nào là Phật tánh?

- Ta nói thí dụ: Cái lồng có sáu cửa. Con khỉ ở ngoài bất luận đến cửa nào cũng kêu "chéo chéo". Con khỉ ở trong liền hưởng ứng: "chéo chéo".

- Nếu con khỉ ở trong ngủ thì sao?

- Chúng ta thấy nhau rồi!

Hỏi Phật tánh mà nói chuyện hai con khỉ là sao? Con khỉ ở ngoài là sáu trần lăng xăng giao động. Con khỉ ở trong là ý thức phân biệt, nếu đã ngủ thì bên ngoài có chéo chéo bao nhiêu cũng mặc, vạn sự sẽ bình an.

Trần tiêu, giác viên tịnh.

Trở lại xét thế gian

Chỉ như việc trong mộng.

Ý thức dậy khởi, dính mắc sáu trần khiến ta quên tánh giác. Phật tánh ngày đêm hiển lộ ở sáu căn. Chỉ cần làm sao hàng phục được con khỉ vọng tâm là xong việc. Kinh tiểu thừa gọi như thế là giải thoát. Kinh đại thừa gọi như thế là minh tâm kiến tánh thành Phật. Trăm ngàn pháp môn tu đều quy về một gốc này, không có cách nào khác.

* * *

TỨ PHÂN LUẬT HUYỀN TY SAO

(Quyển 10 Tạp Pháp Trụ Trì)

Phật bảo: Tỳ-kheo thuận tâm niệm ông, nhiếp trì oai nghi đó là lời dạy của ta.

- Thế nào là thuận tâm niệm ông?

Quán nội thân: Tinh cần nhiếp trì, niệm không tán loạn, điều phục tham ưu. Quán ngoại thân, quán nội ngoại thân, quán thọ, quán tâm, quán pháp cũng như vậy. Như thế sẽ được chánh tâm niệm.

- Thế nào là nhiếp trì oai nghi?

Vào ra, cúi ngước, ăn nhai, mặc áo, đứng ngồi, nói nín v.v... Ngày mười hai thời, trong bốn oai nghi, tu tập nhất tâm.

* * *

Tứ Niệm Xứ không phải chỉ đứng đầu đạo phẩm Thanh-văn. Đại thừa cho đến các bậc hành nhân Viên giáo, không một vị nào không y đây hành đạo.

Phật nhập Niết-bàn đáp câu hỏi cuối cùng của ngài Anan: "Tỳ-kheo phải thờ Ba-la-đề-mộc- xoa làm Thầy. Không đồng giới phẩm không cộng trụ. Tỳ-kheo phải y Tứ Niệm Xứ mà hành đạo, không Tứ Niệm Xứ trọn không tiến thủ".

* * *

Thiên Thai Trí Giả Đại-sư dạy: Không tuệ Niệm Xứ, tất cả hành pháp chẳng phải Phật Pháp. Có tuệ Niệm Xứ mới có thể phá tà hiển chánh, thành tựu tam thừa xuất thế đạo quả cho đến Vô-thượng Bồ-đề.

Bởi vì trong năm ấm, người ta nơi sắc hay khởi tịnh đảo, nơi thọ hay khởi lạc đảo, nơi tưởng và hành hay khởi ngã đảo, nơi thức hay khởi thường đảo. Muốn chánh lại bốn đảo này phải học Tứ Niệm Xứ.

Thân mình là nội thân. Thân người là ngoại thân. Hợp quán ta người là nội ngoại thân. Sắc thân từ bất tịnh nghiệp đời trước mà sanh. Nghiệp chuyển nơi thức, đem vào thai mẹ, có năm trùng không tịnh:

1- Chỗ sanh không tịnh: Thân này chẳng phải hoa sen, chẳng do chiên đàn, nuôi lớn trong máu mủ, ở bên cạnh phân uế, từ đường tiểu tiện mà ra.

2- Chủng tử bất tịnh: Vơ hai giọt tinh cha huyết mẹ làm thể chất.

3- Tướng bất tịnh: ba muoi hai thể trược.

4- Tánh bất tịnh: Từ dâm dục uế nghiệp mà sanh, lấy ái dục làm thể chất. Nếu không tu các pháp quán để cải biến thì lấy hết nước biển cả để rửa cũng không thể sạch.

5- Cứu cánh bất tịnh: Nghiệp tận mệnh chung có chín tướng đáng chán:

- Xanh xám.

- Sình chướng.

- Nứt loét.

- Máu mủ lan tràn.

- Da thịt rữa nát.

- Trùng dòi lúc nhúc.

- Chỉ còn bộ xương.

- Xương long rụng.

- Xương mủn tàn trở về đất.

* * *

Tứ Niệm Xứ khiến ác chưa sanh không sanh được, ác đã sanh khiến đoạn trừ, thiện chưa sanh sẽ sanh, thiện đã sanh khiến tăng trưởng. Tứ chánh cần thành tựu. Bốn thứ định sanh gọi là bốn như ý túc[14]. Năm thiện căn[15] sanh gọi là năm căn. Năm phiền não phá thế là năm lực[16]. Phân biệt đạo dụng gọi là bảy giác chi[17]. An ổn hành đạo là đủ tám chánh đạo.[18] Sau khi tu tập 37 phẩm trợ đạo như trên, hành giả sẽ được thiện hữu lậu ngũ ấm gọi là noãn pháp.

Từ đây hàng phục kiến-hoặc của tam giới,[19] thứ đệ tiến nhập đỉnh vị, nhẫn vị, thế đệ nhất vị, phát chân vô lậu, mười sáu tâm đắc kiến đạo tích (8 nhẫn và 8 trí),[20]

14 Bốn Như Ý Túc: Dục Như ý túc, Tinh tấn Như ý túc, Nhất tâm Tứ Như ý túc và Quán Như ý túc.

15 Năm thiện căn: Tín căn, Tấn căn, Niệm căn, Định căn, Tuệ căn.

16 Năm lực: Tín lực, Tấn lực, Niệm lực, Định lực, Tuệ lực.

17 Bảy giác chi: 1. Niệm (Sati), · 2. Trạch Pháp (Dhammavicaya), · 3. Tấn (Viriya) · 4. Phỉ (Piti) · 5. An (Passadhi) · 6. Định (Samadhi) · 7. Xả (Upekkha).

18 Bát chánh đạo: Chánh kiến, chánh tư duy, chánh ngữ, chánh nghiệp, chánh mạng, chánh tinh tấn, chánh niệm và chánh định.

19 Tam giới: dục giới, sắc giới và vô sắc giới.

20 16 tâm gồm tám nhẫn và tám trí.

chứng quả Tu-đà-hoàn. Tiến đoạn hết tư-hoặc tam giới, thành A-la-hán. Tất cả đều y Tứ Niệm Xứ mà thành tựu.

Thanh-văn, Duyên-giác, Bồ-tát đồng học Tứ Niệm Xứ nên đây là đường đi chung của cả tam thừa Thánh chúng. Đây là nẻo phân chia chánh tà. Có Tứ Niệm Xứ, hết thảy pháp thành chánh. Không Tứ Niệm Xứ, hết thảy pháp thành tà. Người tu không Tứ Niệm Xứ, dù cùng cực thiện cũng chỉ được quả báo nhân thiên. Luống tự cần khổ, Phật Pháp không phần. (Lời sao đau xót. Ai muốn tường tận xin xem bốn quyển Tứ Niệm Xứ của Trí Giả Đại sư ở bộ Đại Tạng, trong có bản đồ Niệm Xứ cho cả Thông giáo, Biệt giáo và Viên giáo).

* * *

Tám Nhẫn: 1- Khổ pháp nhẫn. 2- Khổ loại nhẫn. 3- Tập pháp nhẫn. 4- Tập loại nhẫn. 5- Diệt pháp nhẫn. 6- Diệt loại nhẫn. 7- Đạo pháp nhẫn. 8- Đạo loại nhẫn.

Tám Trí: 1- Khổ pháp trí. 2- Khổ loại trí. 3- Tập pháp trí. 4- Tập loại trí. 5- Diệt pháp trí. 6- Diệt loại trí. 7- Đạo pháp trí. 8- Đạo loại trí.

16 tâm là Khổ pháp trí nhẫn(trí vô gián đạo) và Khổ pháp trí(trí giải thoát đạo)do quán xét Khổ đế ở cõi Dục mà được.

Khổ loại trí nhẫn và Khổ loại trí do quán xét Khổ đế ở cõi Sắc và cõi Vô sắc mà được. Tập pháp trí nhẫn và Tập pháp trí do quán xét Tập đế ở cõi Dục mà được;

Tập loại trí nhẫn và Tập loại trí do quán xét Tập đế ở cõi Sắc và cõi Vô sắc mà được. Diệt pháp trí nhẫn và Diệt pháp trí do quán xét Diệt đế ở cõi Dục mà được.

Diệt loại trí nhẫn và Diệt loại trí do quán xét Diệt đế ở cõi Sắc và cõi Vô sắc mà được. Đạo pháp trí nhẫn và Đạo pháp trí do quán xét Đạo đế ở cõi Dục mà được.

Đạo loại trí nhẫn và Đạo loại trí do quán xét Đạo đế ở cõi Sắc và cõi Vô sắc mà được. Dùng 16 tâm trên đây mà quán xét rõ lí Tứ đế, gọi là Thánh đế hiện quán.

https://phatgiao.org.vn/tu-dien-phat-hoc-online/kien-dao-k35580.html

Kinh ĐẠI BÁT NHÃ

Phẩm Quảng Thừa[21]

Phật dạy: Này Tu Bồ Đề, đại thừa của Bồ-tát chính là Tứ Niệm Xứ.

Rồi Phật nói lại trọn vẹn bài kinh Tứ Niệm Xứ. Long Thọ Bồ-tát ở trong Trí Độ, luận rằng: Có người vì thân bỏ cả vợ con tài sản, đây là nhiễm tình bên trong nhiều. Có người vì tham của mất thân, vì ái dục mất mạng, đây là đắm tình bên ngoài nhiều. Có người ái cả trong ngoài. Người này phải quán cả nội ngoại thân bất khả đắc, tâm mới được chánh định.

Niệm bốn oai nghi để phá thân tặc (thân kiến là gốc mê lầm). Tập tỉnh giác trong mỗi cử động khiến tâm được thường nhất, an lành, không lầm lẫn loạn động.

Đề phòng sáu giác quan dẫn khởi ba độc tham sân si. Đức Phật dạy theo dõi hơi thở ra vào trước, để thân tâm an định rồi, bắt đầu hành quán bất tịnh mới an ổn vững chắc, vào trạng thái Tam Muội dễ dàng. Trong Phật Pháp, quán hơi thở và quán bất tịnh là đầu cửa cam lồ.

Thí dụ trong kinh:

Đồ tể: hành giả. Bò: thân.

Dao sắc: trí tuệ.

Đoạn mạng bò: quan sát để phá chấp tướng thân. Chia từng phần: quán bốn đại (đất, nước, gió, lửa) ở trong thân. Thịt là đất, máu là nước, hơi thở là gió và hơi ấm là lửa.

Tìm ở cả bốn phần chẳng thấy bò: ngã không ở trong

---

21 https://viengiac.info/2014/10/kinh-dai-bat-nha/

bốn đại, bốn đại không ở trong ngã, chỉ do điên đảo vọng chấp là thân và cho chúng một cái tên. Dùng tuệ "quán không" phân biệt bốn đại và sắc ấm. Rồi sau niệm Thọ, Tâm, Pháp sẽ nhập đạo.

Lại thêm thí dụ:

Kho thóc: thân.

Nông phu: hành giả.

Ruộng cấy lúa: nhân duyên nghiệp của thân.

Kết thành hột cho vào kho: nhân duyên thuần thục nên được thân người. Lúa, mè, đậu...: 32 thể trược.

Nông dân mở kho thấy rõ từng thứ: dùng mắt trí tuệ thấy trong thân tỏ tường từng thứ nhơ uế.

Lợi căn quán thân hiện tại như trên liền biết chán. Độn căn dầy kết sử, phải quán thây chết (cửu tưởng quán đã trình bày ở trên).

Hành giả nhận ra, sắc đẹp trước kia tươi tốt mỹ miều đều là pháp huyễn, lừa dối kẻ vô trí. Tự biết thân mình không khác. Chưa thoát sự này sao dám trọng mình khinh người. Do đây, tâm được điều phục.

Quán năm ngày thây bỏ trong rừng, kên kên diều hâu mổ xẻ. Rõ ràng tim gan da thịt chẳng phải ta, chẳng phải của ta mà là chỗ nhân duyên tội phước và nghiệp báo tập họp, đưa về cho ta vô lượng khổ trong vòng sanh tử luân hồi.

Quán thân mới chết, quán 32 thể trược là quán bất tịnh. Quán chim thú lại ăn, xương long rụng mủn tàn thành đất là *quán vô thường*. Quan sát toàn thân không gì thật của ta, chỉ do nhân duyên giả hợp là *quán vô ngã*.

Quán thân như thế không một gì vui để trừ tham ưu thế gian. Trừ được tham thì cả năm ấm sẽ hết. Như chẻ tre, đốt đầu chẻ rồi, các đốt sau theo đó mà vỡ ra. Bao nhiêu nhân duyên tội ác theo đây mà gỡ sạch.

* * *

Người đời cầu vui, không biết rằng vui không chỗ đứng. Vị lai chưa đến, quá khứ đã mất, hiện tại không dừng, niệm niệm sanh diệt. Đức Phật gọi là *hành khổ*. Ăn uống để khỏi đói khát. Vì đỡ khổ nên tạm cho là vui. Từ khổ sanh rồi lại sanh quả khổ, Đức Phật gọi là *khổ khổ*. Lừa dối người chốc lát nên Phật gọi vui thế gian là *hoại khổ*. Như độc dâm dục đoạt giới thân, giết tuệ mạng, mê cuồng rồ dại mà người đời gọi là vui.

* * *

Tâm vô thường niệm niệm sanh diệt, không tự tại nên vô ngã. Pháp do nhân duyên hòa hợp, giả sanh giả diệt, nên đều không thật. Tu bốn thánh hạnh (Tứ Niệm Xứ), phá bốn điên đảo, mở cửa vào thật tướng. Quán bốn pháp vô thường, vô ngã, khổ và không, được Khổ đế. Ái và các phiền não làm nhân của khổ gọi là Tập. Ái và phiền não dứt thì được Diệt. Phương tiện dứt Tập gọi là Đạo. Đây là ý nghĩa của Tứ Đế.

Như thế gần được vô lậu gọi là ngôi Noãn (trí tuệ đã phát như cọ cây đã thấy nóng). Noãn pháp được tăng tấn như người leo núi lên dần tới đỉnh, gọi là chứng Đỉnh vị. Đỉnh đến Nhẫn, đến A-la-hán là quả chứng của Tứ Niệm Xứ trong pháp Thanh-văn. Nơi Bồ-tát Đỉnh vị gọi là Pháp vị. Nhẫn và Thế đệ nhất của Bồ-tát là nhu thuận nhẫn. Tu-đà-hoàn đến A-la-hán là vô sanh pháp nhẫn của Bồ-tát (anutpattika-dharma-kṣānti).[22]

Tuệ nhiều gọi là Tứ niệm xứ. Tinh tấn nhiều gọi là Tứ chánh cần. Định nhiều gọi là Tứ như ý túc. Khi mới tập, niệm là bước đầu. Thường niệm như thế, trí tuệ dần thành. Cho nên không gọi là Bốn Trí Xứ mà gọi là Bốn Niệm Xứ. Thật thể của Tứ Niệm Xứ là Trí Tuệ.

* * *

TỨ PHÂN LUẬT TẠNG ĐẠI TIỂU TRÌ GIỚI KIỀN ĐỘ

Có ba bậc Tứ Niệm Xứ:

1- Thanh-văn, y Tứ Đế quán, dùng Khổ đế làm sơ môn tu Tứ Niệm Xứ (thân thọ tâm pháp đều khổ), đoạn kiến-hoặc tư-hoặc chứng bốn quả.

2- Duyên-giác, Độc-giác, y 12 nhân duyên, dùng quán Tập đế (xúc thọ ái thủ) làm sơ môn tu Tứ Niệm Xứ. Trí tuệ lanh lợi phá kiến-hoặc tư-hoặc, kiêm phá tập khí, thành quả Phật Bích Chi.

Bồ-tát phát bốn hoằng thệ[23] dùng Đạo đế làm sơ môn

---

22 Vô sinh nghĩa là không có sinh khởi, không có bắt đầu, không do cái gì sinh ra cũng tức là không có thật mà cũng không phải là giả. Đó là một trạng thái tuyệt đối bất nhị, bất biến, không có chuyển động, không thay đổi.

23 Bốn hoằng thệ của Bồ tát:

(hai phần trên là dùng quán trí, còn đây là dùng công hạnh mà quán Tứ Niệm Xứ. Thí dụ khi bố thí, Bồ tát giác tỉnh rằng thân bất tịnh, thọ là khổ, tâm vô thường, pháp vô ngã. Đó là ý nghĩa và mục đích của 37 phẩm trợ đạo. Y lục độ[24] tu Tứ Niệm Xứ ba đại a tăng kỳ kiếp, phục hoặc, độ sanh, cơ duyên thành thục rồi đạt được 34 tâm (8 Nhẫn + 8 Trí + 18 Không),[25] để đốn đoạn kết sử.

1. Chúng sanh vô biên thệ nguyện độ - Tức là Nguyện giải thoát vô số chúng sinh.

2. Phiền não vô tận thệ nguyện đoạn - Tức là Nguyện đoạn tuyệt với vô vàn phiền não

3. Pháp môn vô lượng thệ nguyện học - Tức là Nguyện tu học Phật pháp nhiều vô lượng

4. Phật đạo vô thượng thệ nguyện thành —Tức là Nguyện đạt thành đạo vô thượng chánh đẳng chánh giác

24 Lục độ, sáu ba-la-mật: 1. Bố thí · 2. Trì giới · 3. Nhẫn nhục · 4. Tinh tấn · 5. Thiền định · 6. Trí tuệ.

25 Tám Nhẫn: 1- Khổ pháp nhẫn. 2- Khổ loại nhẫn. 3- Tập pháp nhẫn. 4- Tập loại nhẫn. 5- Diệt pháp nhẫn. 6- Diệt loại nhẫn. 7- Đạo pháp nhẫn. 8- Đạo loại nhẫn.

Tám Trí: 1- Khổ pháp trí. 2- Khổ loại trí. 3- Tập pháp trí. 4- Tập loại trí. 5- Diệt pháp trí. 6- Diệt loại trí. 7- Đạo pháp trí. 8- Đạo loại trí.

Mười tám không trong Đại Kinh Bát Nhã:

1. Nội không: sáu căn không có thật thể, không phải ta.

2. Ngoại không: sáu trần không có thật thể, không phải cảnh của ta.

3. Nội ngoại không: cả mười hai xứ đều không có thật thể.

4. Không không: phá cả ba không trên (thuốc đã chữa hết bệnh rồi, thuốc cũng phải bỏ).

5. Đại không: vì cái không không có bờ mé.

6. Đệ nhất nghĩa không: chơn không thật tướng của các pháp.

7. Hữu vi không: duyên sanh hư vọng.

8. Vô vi không: như hư không, không hình tướng.

9. Tất cánh không: không một pháp nào chẳng không.

10. Vô thủy không: dùng chữ vô thủy để hiển nghĩa không có bắt đầu nhưng nói vô thủy lại thành ra để đối với hữu thủy, nên cần bỏ cả danh từ vô thủy.

11. Tán không: do chia lìa mà thành không. Thí dụ phân tách bốn đại (đất, nước, gió, lửa) thì thân ta không có.

Cả chính phiền não[26] và tập phiền não[27] đều hết, thành Vô-thượng-đạo.

* * *

TỨ NIỆM XỨ

(Giới thiệu một pháp môn thiết yếu)

Tâm có rất nhiều ô nhiễm, gốc là ba độc tham sân si, thúc đẩy hành động, cảm quả báo luân hồi. Chỉ các bậc A-la-hán đã hoàn toàn tận diệt cặp ba này mới có tự tại với ý nghĩa đầy đủ của bậc thoát sanh tử. Thăng trầm của đời sống, rủi may của thế sự, không còn tơ hào ảnh hưởng đến các bậc đã thật chứng đức thanh khiết.

Phân biệt minh bạch từng tư tưởng. Cố gắng ngăn ngừa những hư xấu chưa phát sanh, dứt bỏ nếu đã phát sanh. Tạo nên và khai triển những tốt lành chưa phát sanh, gìn giữ bảo trì nếu đã phát sanh. Đó là chức năng của chánh tinh tấn. Lánh xa hai cực đoan dục lạc và khổ hạnh, con đường trung đạo từ xa xưa đã đưa các Thánh Hiền lên đỉnh núi giải thoát và minh mẫn.

---

12. Tánh không: không có thật thể.

13. Tự tướng không: cộng tướng và biệt tướng đều không. Thân người là không. Mắt tai mũi, lưỡi thân, mỗi mỗi đều không.

14. Các pháp không: hết thảy các pháp đều hư vọng.

15. Bất khả đắc không: vì không thể nắm bắt được nên biết không có thật thể.

16. Vô pháp không: vô vi không hình tướng.

17. Hữu pháp không: có tướng mà không thể-tánh.

18. Vô pháp hữu pháp không: vô vi hữu vi đều không.

26 Chính phiền não: Kiến hoặc + tư hoặc.

27 Tập khí của các phiền não còn lưu lại.

Đứng ở một góc đường, nhìn khách vãng lai, ta chỉ thấy hình ảnh của lo âu nhọc nhằn rộn rịp. Ít khi được gặp một nét mặt tĩnh lặng an hòa, thoải mái. Rối rít bồn chồn, nóng nảy, dẫn đến những quyết định vội vàng, những lời nói và hành động kém thận trọng.

Tình trạng ồn ào nhộn nhịp căng thẳng thần kinh, tổn hại sức khỏe. Đức Phật dạy các Tỳ-kheo: "Trong khi tụ họp chỉ có hai việc nên làm:

a. Thảo luận về giáo pháp.

b. Im lặng".

Những năng lực vĩ đại được hun đúc rèn luyện trong im lặng. Im lặng là nhu cầu thiết yếu để giữ tâm lành mạnh. Lời nói là bạc, im lặng là vàng.

Các báo chí khắp thế giới lên tiếng chống ô nhiễm không gian, ô nhiễm biển cả, ô nhiễm đại địa v.v... Phật-giáo đã 3000 năm tiến trình tích cực thanh lọc thân miệng ý, chống nạn tâm ô nhiễm.

Thiền minh sát soi tỏ bốn đặc thù của vạn pháp là vô thường, vô ngã, khổ và không, lột bỏ mọi ảo kiến về cái ta, gột rửa tận cùng tất cả ô nhiễm của tâm. Trong tám chánh đạo, chánh kiến và chánh tư duy thuộc về tuệ. Chánh tinh tấn, chánh định, chánh niệm thuộc về định. Chánh ngữ và chánh nghiệp thuộc về giới.

Chánh niệm đạt được song song cả định và tuệ, tăng trưởng năng lực sâu sắc bén nhạy cho chánh tư duy và chánh kiến, là công phu quả thật vô cùng thiết yếu để trong sạch tâm linh.

Này các Tỳ-kheo, thí dụ có một đám đông, ngày càng thêm đông, đang lớn tiếng la ó:

"Xem kìa, thiếu nữ đẹp tuyệt trần đang múa ca". Một thanh niên rất ham sống, không thích chết, rất ưa vui không muốn khổ, được lịnh vua phải bưng chén dầu đầy, đi giữa đám đông người và thiếu nữ tuyệt đẹp kia. Phía sau anh ta, tên đao phủ theo bén gót, tay cầm thanh kiếm sẵn sàng. Nếu anh làm đổ một giọt dầu thì tức khắc đầu anh sẽ rơi xuống đất.

Này các Tỳ-kheo, thanh niên kia có dám xao lãng, không chú tâm vào chén dầu chăng?

- Bạch Thế Tôn, chắc chắn là không.

- Này các Tỳ-kheo, phải gia tâm chuyên cần nương tựa 4 pháp niệm cũng như thế.

1- Niệm thân giúp ta thấu triệt thân chỉ là một tiến trình luôn biến chuyển, không thật thể. Tấm thân dài một sải này chỉ là một khối uế trược sanh già bệnh chết. Năng lực khoa học với tất cả phép mầu chẳng thể chuyển biến được bốn khổ thế gian.

Một quan niệm về đời sống như thế chẳng phải là bi quan hay lạc quan mà chỉ là thực tiễn. Vì biết rõ sự thật, Phật tử sống hợp với lẽ phải nên thường được thanh thản vui vẻ.

2- Niệm thọ, người giác tỉnh chú tâm vào những cảm giác vui sướng đau khổ hoặc bình thường. Cố gắng chứng nghiệm một cách khách quan các cảm giác ấy đúng như sự thật. Tâm xả không bị cảm thọ chi phối, thoát lệ thuộc các giác quan. Không nô lệ những cảm giác của mình. Người chánh thọ thấy rõ chúng nó sanh diệt, tạm bợ, không thật thể.

3- Niệm tâm là công trình khảo sát những tư tưởng

của mình. Hành giả cố gắng quán chiếu cả thiện và bất thiện, không dính mắc luyến ái cũng chẳng bất mãn khó chịu. Hành giả nhận thức rõ ràng cái gọi là tâm, chỉ là một tiến trình luôn luôn biến đổi theo duyên pháp trần, không có chi là bản ngã.

4- Chúng ta từ xưa hằng bị những khái niệm sai lầm, những ảo tưởng vô căn cứ, những thành kiến si mê, làm hoặc loạn. Nay Phật phân tách bản chất chúng ta ra làm 5 uẩn để dạy chúng ta tự tìm hiểu chính mình. Quan sát từng uẩn không thật thể, đặc tánh chánh yếu là vô thường.

Đức Phật ví sắc như khối bọt, thọ như bong bóng nước, tưởng như sương mù, hành như bèo lục bình và thức ấm như nhà ảo thuật. Phật dạy quan sát hiểm nguy của năm triền cái, hư vọng của sáu căn, sáu trần. Dùng bảy giác chi để luyện tâm sống độc lập an định tĩnh lặng và sáng suốt tự tại. Dần dần chúng ta sẽ cởi gỡ được những thằng thúc của vòng sanh tử.

Chúng ta bám níu vào sự vật. Dây trói buộc không phải ở giác quan hay ở cảnh trần mà chính là tâm. Phương thức trị liệu là Tứ Niệm Xứ. Nghệ thuật từ khước buông bỏ là một thành công đáng cho ta cố gắng liên tục kiên trì như một câu chân ngôn đã từng nói: "Hãy gieo một hành động để gặt hái một thói quen. Thói quen thành tâm tánh. Tâm tánh là định mạng chúng ta ngày mai."

Dù niệm thân, niệm thọ, niệm tâm hay niệm pháp, hành giả phải hoàn toàn khách quan. Bởi vì đứng ngoài chú tâm lắng nghe tiếng nhạc, ta có thể thưởng thức điệu nhạc đúng với ý vị của nó hơn là nhạc sĩ đang lo lắng trong kỹ thuật trình diễn.

Dầu tiến đạt đến mức độ khá cao, ta vẫn còn những bợn nhơ ngủ ngầm nên chưa thể tuyệt đối thanh tịnh. Nhờ theo dõi hơi thở, tâm đã an ổn tĩnh lặng. Nay dùng tuệ minh sát để tận diệt những bất thiện ngủ ngầm, rửa sạch vô minh. Nếu không thì, ngọt bùi hay cay đắng, sáu trần sẽ kích thích chúng trỗi dậy, tẩm độc lời nói và việc làm của hành giả. Năm giác quan tùy duyên và tuần nghiệp không thể thấy sự vật đúng như thật. Huống chi còn những ngã mạn, yêu ghét chi phối ngấm ngầm nên giả cho là thật, khổ cho là vui, tạm bợ cho là chân thường. Rời giới luật và định tuệ, con người không thể đạt đạo giải thoát.

Không phải ai cũng có khả năng chứng Thánh quả ngay. Chúng ta cứ thành thật trong nỗ lực, trong sạch trong ý chí, cố gắng không chùn bước. Các bậc tiền bối đã đạt được trạng thái tĩnh lặng thanh bình và an lạc. Thực hành đều đặn và kiên trì là bí quyết thành công.

Để cho thú tánh điều khiển là kẻ nô lệ đáng thương nhất. Tự chủ được mình là kẻ nắm quyền vương bá vĩ đại nhất. Chìa khóa tự chủ là luyện tâm. Đào sâu hốc hẻm thâm kín nội tâm cần thiền tập.

Khổ vui, thiện ác, sống chết, không đến với chúng ta do nguyên lý ngoại lai. Tất cả là hậu quả của tư tưởng lời nói và hành động. Guồng máy phức tạp của tâm thức là nòng cốt an bài kiếp nhân sinh. Nên giới đức phạm hạnh là yếu tố vô cùng quan trọng, là tài nguyên phong phú, hướng dẫn tinh thần đến an vui hiện tại và vị lai.

* * *

TÍCH LAN ĐẠI SƯ

Những ai quay về với Tứ Niệm Xứ sẽ xóa sạch mọi tranh chấp, tự mở một khung trời quang sáng. Tứ Niệm Xứ là niềm tin vững chắc của Phật tử trong việc xây dựng con người và xã hội thật người.

Nỗ lực đầu tiên là chuyển ngũ cái thành năm chi thiền:

1- Xả phát sanh thì hết tham.

2- Hỷ lạc phát sanh thì hết sân.

3- Tầm phát sanh thì hết hôn trầm.

4- Tứ phát sanh thì hết nghi.

5- Nhất tâm phát sanh thì hết trạo cử.

Tất cả những công việc nghe pháp, hành pháp, nói pháp đều chỉ nhằm một mục tiêu là giải thoát. Nếu không liên tục chăm chú an chỉ vào nội tâm thì tìm đâu có giải thoát. Đoạn trừ hết ngã ái và thủ chấp thì việc làm liền xong. Rõ ràng Tứ Niệm Xứ kết hợp cả ba Thánh pháp:

GIỚI - ĐỊNH - TUỆ

Gió giác quan nếu không theo dõi sẽ gây bão tố tham sân si. Tham sân khiến miệng nói, thân làm sai quấy. Si mê thấy thiện ra ác, ác ra thiện. Ba thứ căn bản phiền não này vừa như lửa nung nấu, vừa như nước nhận chìm.

Đức Phật tách rời năm uẩn ra khỏi các phiền não như người phá rừng phát quang những bụi cây nhỏ mà không làm hại đến những cây lớn. Ai quang sạch được khu rừng năm ấm sẽ được hưởng bình an.

Thong thả đi trong đời không bị dính mắc là con đường Niết-bàn.

PHỤ LỤC 2
TRÙNG TỤNG TAM TẠNG TIPITAKA PALI
TẠI BỒ ĐỀ ĐẠO TRÀNG, ẤN ĐỘ, NGÀY 2–12/12/2023

(Thích Nữ Giới Hương)

Tam Tạng Pali (Pali Tipitaka) là kinh-luật-luận bằng ngôn ngữ Pali cổ đại. Đây là pháp bảo do Đức Phật Thích Ca Mâu Ni để lại cho nhân loại, nhằm chuyển khổ đau thành hạnh phúc an lạc cho cả giới xuất gia và tại gia. Sau này, bộ tam tạng Pali được dịch sang tiếng Anh, tiếng Việt và nhiều ngôn ngữ trên thế giới.

Bộ Tam Tạng (ba kho báu) bằng tiếng Việt gồm có:

1- Kinh Tạng là 5 bộ Nikaya (Trường bộ, Trung Bộ, Tương Ưng, Tăng Chi và Tiểu bộ kinh).

2- Luật Tạng là giới luật Tỳ-kheo, Tỳ-kheo-ni và các phép tắc trong chốn thiền môn.

3- Luận Tạng là Vi diệu pháp, giải thích phân tích, tóm tắt và làm dễ hiểu những lời dạy của Đức Phật trong kinh tạng.

Quang cảnh Đại tăng tụng kinh
dưới cội bồ đề thiêng, ngày 3/12/2023

Hội trùng tụng Tam Tạng Pali do Dr. Wangmo Dixey (*vị chủ tịch của Hội Light of Buddhadharma Foundation International* (LBDFI)[28]cùng nhiều chư tôn đức ở các nước Phật giáo Nguyên Thủy tổ chức mỗi năm tại Tháp Đại Giác, Bồ Đề Đạo Tràng, Ấn Độ. Được biết năm 2023 này là kỳ tổ chức tụng Tam Tạng Pali Tipitaka lần thứ 18 (*the 18th International Tipitaka Chanting Ceremony, Bodhgaya, India*) là do Phật giáo Cambodia đăng cai đứng tổ chức (*Cambodia Chief Organizer*). Mỗi năm sẽ luân phiên mỗi nước.

Đại lễ tụng Luật Tạng rất quy mô với sự tham dự của hơn 4000 tăng ni và Phật tử từ các nước Phật giáo Đông Nam Á như Ấn Độ, Bangladesh, Lào PDR, Cambodia, Thái Lan, Miến Điện, Tích Lan, Indonesia, Nepal, Việt Nam, vv…Mỗi nước sẽ luân phiên làm chủ lễ tụng tiếng Pali mỗi ngày.

---

28 https://timesofindia.indiatimes.com/city/patna/tipitaka-chanting-to-begin-in-bodh-gaya-on-december-2/articleshow/95871041.cms

Ni sư TN Giới Hương cùng tụng
với bản Luật Tạng Roman Pali

Kinh tạng (*tạng thứ nhất trong ba tạng*) đã tụng xong vào những năm trước và năm 2023 là bắt đầu bước vào luật tạng (*Vinaya Pitaka Parajika Pali, Pacittiyapali, Maha-Vagga Pali*). Vì có nhiều nước với nhiều ngôn ngữ, nên Hội the Corporate Body of the Buddha Educational Foundation (Taiwan, R.O.C.) in ấn Luật Tạng cúng dường cũng với nhiều ngôn ngữ như: Roman Pali, Devanagari Pali, Thai Pali, Bengali Pali, Khmer Pali,vv … Vì đại chúng đông và khuôn viên trước cây Bồ đề giới hạn, nên mỗi nước đều dựng lều riêng quanh tháp Đại Giác và có vị chủ lễ cầm mic tụng lớn theo ngôn ngữ của nước mình. Riêng Tăng đoàn Phật giáo Ấn Độ (chủ nhà) và Bangladesh được sắp xếp tụng dưới gốc cây bồ đề. Vào ngày khai mạc, có sự quang lâm ban đạo từ của nhiều Trưởng Lão Hòa Thượng của các nước Đông Nam Á. Phía chính quyền, có ông Ramnath Kovind (Cựu Tổng Thống Ấn Độ) và Thống Đốc Phagu Chauhan là khách mời danh dự (chief guests) đến đọc diễn văn, cùng nhiều nhân vật bảo trợ khác cũng lên khán đài chúc mừng đại lễ trùng tụng Tipitaka và chào đón đại chúng.

Thời khóa biểu tụng kinh mỗi ngày từ 7g sáng đến 5g chiều. Xen kẻ là các bài pháp thoại của chư tôn đức Tăng và cuối giờ là phần văn nghệ do các văn nghệ sĩ Cambodia và Ấn độ trình diễn. Nhiều phái đoàn quốc tế hay cá nhân lên cúng dường vào giờ giải lao cũng như có nhiều đoàn thể cùng kết hợp với ban tổ chức chuẩn bị các thực phẩm cúng dường như cơm trưa chay tịnh, trà nước, bánh trái cây… rất chu đáo để đại chúng có thể yên tâm ở đạo tràng suốt ngày tụng niệm.

Chư Ni Việt Nam về tham dự
Lễ Tụng Tam Tạng Tipitaka

Dr. Kaylan Priya Thero Mahathero
và Ns Giới Hương cúng dường Đại Tăng

Nhân dịp lễ tụng Luật Tạng Pali 10 ngày, trời người hoan hỉ khi hơn 4000 tăng ni và Phật tử từ các nước Đông Nam Á về tham dự, Ni sư TN Giới Hương (*Trụ trì Chùa Hương Sen, California, Hoa Kỳ*), quý sư cô và Phật tử xa gần đã thành tâm cúng dường tịnh tài và 3000 cuốn kinh do Chùa Hương Sen biên soạn.

Xin tùy hỉ công đức của chư tôn thiền đức Tăng Ni và quý Phật tử từ các nơi trên thế giới đã về Cội Bồ Đề thiêng, nơi Tháp Đại Giác, Bồ Đề Đạo Tràng, Ấn Độ, cùng tụng kinh, ôn lại lời dạy quý báu, thanh cao, giải thoát của Đức Từ Phụ Thế Tôn.

Xin thành tâm tri ân quý Sư cô, các Phật tử Chùa Hương Sen và đồng hương xa gần đã hảo tâm gởi cúng dường và đặc biệt tri ân Dr. Siri Sumedha Mahathero (Trụ trì Chùa Tích Lan), Dr. Kaylan Priya Mahathero (Trụ trì Chùa Bangladesh) và Bhante Buddharatna cùng quý Phật tử Ấn Độ đã giúp đóng gói 3000 phần sách kèm phong thư tịnh tài cũng như giúp vận chuyển quà vào tận nơi cây bồ đề thiêng, tháp Đại Giác, để ban tổ chức được dâng lên cúng dường Đại Tăng với trọn lòng thành kính.

Hạnh Pháp thí cúng dường

Gốc phước báu an lạc.

Nam Mô Hoan Hỉ Công Đức Tạng Bồ Tát Ma Ha Tát tác đại chứng minh.

Bồ Đề Đạo Tràng, ngày 03 tháng 12 năm 2023

Kính bút,

Thích Nữ Giới Hương

Huongsentemple@gmail.com

Cúng dường Phật bảo, Pháp bảo và Tăng bảo

PHỤ LỤC 3
HÌNH CÚNG DƯỜNG ĐẠI TĂNG
TỤNG TAM TẠNG PALI
TẠI BỒ ĐỀ ĐẠO TRÀNG, ẤN ĐỘ, NGÀY 3/12/2023

Cambodia Chief O
NATIONAL
N

TỦ SÁCH BẢO ANH LẠC

do Ni Sư Tiến Sĩ TN Giới Hương biên soạn

1.1. SÁCH TIẾNG VIỆT

1. *Bồ-tát và Tánh Không Trong Kinh Tạng Pali và Đại Thừa.*

2. *Ban Mai Xứ Ấn -Tuyển tập các Tiểu Luận Phật Giáo (3 tập).*

3. *Vườn Nai – Chiếc Nôi.*

4. *Quy Y Tam Bảo và Năm Giới.*

5. *Vòng Luân Hồi.*

6. *Hoa Tuyết Milwaukee.*

7. *Luân Hồi trong Lăng Kính Lăng Nghiêm.*

8. *Nghi Thức Hộ Niệm, Cầu Siêu.*

9. *Quan Âm Quảng Trần.*

10. *Nữ Tu và Tù Nhân Hoa Kỳ.*

11. *Nếp Sống Tỉnh Thức của Đức Đạt Lai Lạt Ma Thứ XIV.*

12. *A-Hàm: Mưa pháp chuyển hóa phiền não,* 2 tập.

13. *Góp Từng Hạt Nắng Perris.*

14. *Pháp Ngữ của Kinh Kim Cang.*

15. *Tập Thơ Nhạc Nắng Lăng Nghiêm.*

16. *Nét Bút Bên Song Cửa.*

17. *Máy Nghe MP3 Hương Sen* (Hương Sen Digital Mp3 Radio Speaker): Các Bài Giảng, Sách, Bài viết và Thơ Nhạc của Thích Nữ Giới Hương (383/201 bài).

18. *DVD Giới Thiệu về Chùa Hương Sen.*

19. *Ni Giới Việt Nam Hoằng Pháp tại Hoa Kỳ.*

20. *Tuyển Tập 40 Năm Tu Học & Hoằng Pháp của Ni sư Giới Hương,* Thích Nữ Viên Quang, TN Viên Nhuận, TN Viên Tiến, and TN Viên Khuông.

21. *Tập Thơ Nhạc Lối Về Sen Nở.*

22. *Nghi Thức Công Phu Khuya – Thần Chú Thủ Lăng Nghiêm.*

23. *Nghi Thức Cầu An – Kinh Phổ Môn.*

24. *Nghi Thức Cầu An – Kinh Dược Sư.*

25. *Nghi Thức Sám Hối Hồng Danh.*

26. *Nghi Thức Công Phu Chiều – Mông Sơn Thí Thực.*

27. *Khóa Tịnh Độ – Kinh A Di Đà.*

28. *Nghi Thức Cúng Linh và Cầu Siêu.*

29. *Nghi Lễ Hàng Ngày - 50 Kinh Tụng và các Lễ Vía trong Năm.*

30. *Hương Đạo Trong Đời 2022* - Tuyển tập 60 Bài Thi trong Cuộc Thi Viết Văn Ứng Dụng Phật Pháp 2022.

31. *Hương Pháp 2022* (Tuyển Tập Các Bài Thi Trúng Giải Cuộc Thi Viết Văn Ứng Dụng Phật Pháp 2022.

32. *Giới Hương - Thơm Ngược Gió Ngàn*, Nguyên Hà.

33. *Pháp Ngữ Kinh Hoa Nghiêm* (2 tập). Thích Nữ Giới Hương.

34. *Tinh Hoa Kinh Hoa Nghiêm*. Thích Nữ Giới Hương. NXB Hương Sen.

35. *Phật Giáo – Tầm Nhìn Lịch Sử Và Thực Hành*. Hiệu đính: Thích Hạnh Chánh và Thích Nữ Giới Hương.

36. *Nhật ký Hành Thiền Vipassana và Kinh Tứ Niệm Xứ.*

37. *Nghi cúng Giao Thừa.*

38. *Nghi cúng Rằm Tháng Giêng.*

39. *Nghi thức Lễ Phật Đản.*

40. *Nghi thức Vu Lan.*

41. *Lễ Vía Quan Âm.*

42. *Nghi cúng Thánh Tổ Kiều Đàm Di.*

43. *Nghi thức cúng Tổ và Giác linh Sư trưởng.*

1.2. SÁCH TIẾNG ANH

1. *Boddhisattva and Sunyata in the Early and Developed Buddhist Traditions.*

2. *Rebirth Views in the Śūraṅgama Sūtra.*

3. *Commentary rof Avalokiteśvara Bodhisattva.*

4. *The Key Words in Vajracchedikā Sūtra.*

5. *Sārnātha-The Cradle of Buddhism in the Archeological View.*

6. *Take Refuge in the Three Gems and Keep the Five Precepts.*

7. *Cycle of Life.*

8. *Forty Years in the Dharma: A Life of Study and Service—Venerable Bhikkhuni Giới Hương.*

9. *Sharing the Dharma -Vietnamese Buddhist Nuns in the United States.*

10. *A Vietnamese Buddhist Nun and American Inmates.*

11. *Daily Monastic Chanting.*

12. *Weekly Buddhist Discourse Chanting.*

13. *Practice Meditation and Pure Land.*

14. *The Ceremony for Peace.*

15. *The Lunch Offering Ritual.*

16. *The Ritual Offering Food to Hungry Ghosts.*

17. *The Pureland Course of Amitabha Sutra.*

18. *The Medicine Buddha Sutra.*

19. *The New Year Ceremony.*

20. *The Great Parinirvana Ceremony.*

21. *The Buddha's Birthday Ceremony.*

22. *The Ullambana Festival (Parents' Day).*

23. *The Marriage Ceremony.*

24. *The Blessing Ceremony for The Deceased.*

25. *The Ceremony Praising Ancestral Masters.*

26. *The Enlightened Buddha Ceremony.*

27. *The Uposatha Ceremony (Reciting Precepts)*

28. *Buddhism: A Historical And Practical Vision.* Edited by Ven. Dr. Thich Hanh Chanh and Ven. Dr. Bhikṣuṇī TN Gioi Huong.

29. *Contribution of Buddhism For World Peace & Social Harmony.* Edited by Ven. Dr. Buddha Priya Mahathero and Ven. Dr. Bhikṣuṇī TN Gioi Huong.

30. *Global Spread of Buddhism with Special Reference to Sri Lanka.* Buddhist Studies Seminar in Kandy University. Edited by Prof. Ven. Medagama Nandawansa and Dr. Bhikṣuṇī TN Gioi Huong.

31. *Buddhism In Sri Lanka During The Period of 19th to 21st Centuries.* Buddhist Studies Seminar in Colombo. Edited by Prof. Ven. Medagama Nandawansa and Dr. Bhikṣuṇī TN Gioi Huong.

32. *Diary: Practicing Vipassana and the Four Foundations of Mindfulness Sutta.*

1.3. SÁCH SONG NGỮ (VIETNAMESE-ENGLISH)

1. *Bản Tin Hương Sen: Xuân, Phật Đản, Vu Lan* (Hương Sen Newsletter: Spring, Buddha Birthday and Vu Lan, annual/ Mỗi Năm).

2. *Danh Ngôn Nuôi Dưỡng Nhân Cách - Good Sentences Nurture a Good Manner.*

3. *Văn Hóa Đặc Sắc của Nước Nhật Bản-Exploring the Unique Culture of Japan.*

4. *Sống An Lạc dù Đời không Đẹp như Mơ - Live Peacefully though Life is not Beautiful as a Dream.*

5. *Hãy Nói Lời Yêu Thương-Words of Love and Understanding.*

6. *Văn Hóa Cổ Kim qua Hành Hương Chiêm Bái -The Ancient- Present Culture in Pilgrim.*

7. *Nghệ Thuật Biết Sống - Art of Living.*

8. *Nhật ký Hành Thiền Vipassana và Kinh Tứ Niệm Xứ - Diary: Practicing Vipassana and the Four Foundations of Mindfulness Sutta.*

9. *Dharamshala - Hành Hương Vùng Đất Thiêng, Ấn Độ, Dharamshala - Pilgrimage to the Sacred Land, India.*

1.4. SÁCH CHUYỂN NGỮ

1. *Xá Lợi Của Đức Phật* (Relics of the Buddha), Tham Weng Yew.

2. *Sen Nở Nơi Chốn Tử Tù* (Lotus in Prison), many authors.

3. *Chùa Việt Nam Hải Ngoại* (Overseas Vietnamese Buddhist Temples).

4. *Việt Nam Danh Lam Cổ Tự* (The Famous Ancient Buddhist Temples in Vietnam).

5. *Hương Sen, Thơ và Nhạc* – (Lotus Fragrance, Poem and Music).

6. *Phật Giáo-Một Bậc Đạo Sư, Nhiều Truyền Thống* (Buddhism: One Teacher – Many Traditions), Đức Đạt Lai Lạt Ma 14th & Ni Sư Thubten Chodren.

7. *Cách Chuẩn Bị Chết và Giúp Người Sắp Chết-Quan Điểm Phật Giáo* (Preparing for Death and Helping the Dying – A Buddhist Perspective)

2. ALBUMS NHẠC
Từ Thơ Thích Nữ Giới Hương

1. Đào Xuân *Lộng Ý Kinh* (The Buddha's Teachings Reflected in Cherry Flowers).

2. *Niềm Tin Tam Bảo* (Trust in the Three Gems).

3. *Trăng Tròn Nghìn Năm* Đón *Chờ Ai* (Who Is the Full Moon Waiting for for Over a Thousand Years?).

4. Ánh *Trăng Phật Pháp* (Moonlight of Dharma-Buddha).

5. *Bình Minh Tỉnh Thức* (Awakened Mind at the Dawn) (*Piano Variations for Meditation*).

6. *Tiếng Hát Già Lam* (Song from Temple).

7. *Cảnh* Đẹp *Chùa Xưa* (The Magnificent, Ancient Buddhist Temple).

8. Karaoke *Hoa* Ưu Đàm Đã *Nở* (An Udumbara Flower Is Blooming).

9. *Hương Sen Ca* (Hương Sen's Songs)

10. *Về Chùa Vui Tu* (Happily Go to Temple for Spiritual Practices)

11. *Gọi Nắng Xuân Về* (Call the Spring Sunlight).

12. Đệ *Tử Phật*. Thơ: Thích Nữ Giới Hương, Nhạc: Uy Thi Ca & Giác An, volume 4, năm 2023.

Mời xem: http://www.huongsentemple.com/index.php/kinh-sach/tu-sach-bao-anh-lac

Nhật Ký Hành Thiền Vipassana & Kinh Tứ Niệm Xứ

Tác giả: **Thích Nữ Giới Hương**

NHÀ XUẤT BẢN TÔN GIÁO
53 Tràng Thi – Hoàn Kiếm - Hà Nội
ĐT: (024)37822845
Email: nhaxuatbantongiao@gmail.com

Chịu trách nhiệm xuất bản:
Giám đốc: ThS. Nguyễn Hữu Có

Chịu trách nhiệm nội dung:
Tổng Biên tập: Lê Hồng Sơn
Biên tập: Nguyễn Thị Thanh Thủy
Trình bày: Vũ Đình Trọng
Sửa bản in: Vũ Đình Trọng

Số lượng in: 1.000 bản, Khổ: 14 x 20 cm
In tại: Công ty TNHH Sản xuất Thương mại Dịch vụ In ấn Trâm Anh,
159/57 Bạch Đằng, phường 2, quận Tân Bình, thành phố Hồ Chí Minh.
Số ĐKXB: 537-2024/CXBIPH/03-23/TG
Mã ISBN: 978-604-61-7557-5
QĐXB: 130/QĐ-NXBTG ngày 12 tháng 3 năm 2024
In xong và nộp lưu chiểu quý I năm 2024